कथा चाणक्य

KATHA CHANAKYA
NOW IN MARATHI

कथा चाणक्य

KATHA CHANAKYA

NOW IN MARATHI

स्वप्नाळू आणि विचारवंत
व्यक्तींसाठी चातुर्याच्या गोष्टी

राधाकृष्णन पिल्लई

जयको पब्लिशिंग हाऊस
अहमदाबाद बँगलोर चेन्नई
दिल्ली हैदराबाद कोलकाता मुंबई

Published by Jaico Publishing House
A-2 Jash Chambers, 7-A Sir Phirozshah Mehta Road
Fort, Mumbai - 400 001
jaicopub@jaicobooks.com
www.jaicobooks.com

KATHA CHANAKYA
कथा चाणक्य

ISBN 978-93-86867-56-8

Translator: Rajesh Chandrakant Ajgaonkar

First Jaico Impression: 2018
Second Jaico Impression (New Cover): 2022

Printed by
Repro India Limited, Mumbai

गोष्टींवर निरंतर प्रेम करणाऱ्या

तुमच्यामधील

बालकाला समर्पित

अनुवादाचे बोल

मराठी अनुवादाचे हे माझे आठवे पुस्तक. 'कॉर्पोरेट चाणक्य', 'द इसेन्स ऑफ लॉ ऑफ सक्सेस', 'द ग्रेटेस्ट सेल्समन इन द वर्ल्ड', 'यश', 'इलेव्हन कमांडमेंटस्', 'चाणक्य प्रणित नेतृत्वाची सात रहस्ये', 'तुमच्यामधील चाणक्य' अश्या सात यशस्वी अनुवादानंतर माझे मित्र राधाकृष्णन पिल्लै यांनी पुन्हा एकवार, त्यांच्या चौथ्या व प्रचंड यशस्वी ठरलेल्या पुस्तकाचा अनुवाद करण्याची जबाबदारी माझ्यावर सोपविली, याबद्दल मी त्यांचा अत्यंत ऋणी आहे.

'कॉर्पोरेट चाणक्य'चे जेव्हा मुंबई युनिवर्सिटीमध्ये महाराष्ट्राचे उच्च व तंत्र शिक्षण मंत्री मा. राजेश टोपे आणि कुलगुरू डॉ. राजन वेळूकर यांच्या शुभहस्ते मार्च १५, २०१२ रोजी प्रकाशन झाले, तेव्हा माझ्या संवादात मी म्हटले होते की मूळ पुस्तक लिहिण्याची बरोबरी जर कोणी आईच्या प्रसुतीवेदनांसमवेत करीत असेल, तर अनुवादाची तुलना मावशीच्या अवघड जबाबदारीशी केली पाहिजे. आई मुलाला कळा सोसून जन्म देते, हे महत्वाचे आहेच. पण मावशीच्या हाती ते नवजात अर्भक आल्यानंतर तिला ते फार निगुतीने सांभाळावे लागते. बाळ दुसऱ्याचे आणि संस्कार मात्र आपले अशी तारेवरची कसरत प्रत्येक अनुवादकाला करावी लागते. हे करताना मूळ आशयाला धक्का पोहोचू नये आणि त्याचबरोबर अनुवाद देखिल कृत्रिम होऊ नये, असा सारा हा मामला जमविताना अनुवादकाचा नाही म्हटल तरी कस लागतोच!

या कार्यामध्ये घरच्यांच्या सहभागाची आणि प्रोत्साहनाची नेहमीच आवश्यकता असते. पत्नी शमिका, मुलगा जय, बंधू संजय, आई कुमुद व मित्र अमित मांजरेकर यांची या प्रकल्पात मला खूप मदत झाली. याशिवाय अनेक वाचक अनुवादित पुस्तके वाचून दाद देण्यासाठी महाराष्ट्राच्या कानाकोपऱ्यातून संपर्क साधतात; त्यामुळे पुन्हा पुन्हा असे प्रकल्प हाती घेण्यासाठी बळ लाभते.

अनुवाद करताना पुस्तक फार काळजीपूर्वक वाचावे लागते, वारंवार वाचावे लागते. यानिमित्ते राधाकृष्णन पिल्लै यांच्यासारख्या कसलेल्या 'चाणक्यमय' लेखकाच्या दृष्टीने हा प्रवास करता आला. त्यांच्या नेहमीच्या शैलीपेक्षा हे पुस्तक वेगळे, हलकेफुलके आणि काल्पनिक कथेवर आधारित असले, तरी चाणक्यांचे विचारधन आपल्यापर्यंत पोहोचविण्यात मात्र बिलकुल कसूर करीत नाही. कसलेल्या गायकाला शास्त्रीय संगीत गाताना सुरांचा सागर निर्माण करणे जेवढे कठीण तेवढेच सुगम संगीत गाताना तीन मिनिटांत सुरांनी घागर भरणे हेसुद्धा कठीण काम असते. पिल्लै यांनी हे आव्हान लीलया पेललेले आहे. खरच, आपले प्राचीन विचारधन किती समृद्ध आहे! त्याच्या अभिमानाचा प्रत्यय हे पुस्तक पदोपदी देत राहते.

मातृभाषेत हे विचारधन आणण्याच्या आनंदासोबत आत्मविकासाचीही संधी मिळाली, हे दुहेरी भाग्यच. या पुस्तकाची शिदोरी सोबत घेऊन कोणा मराठी पथिकाला सफलतेचे शिखर सर करता आले, तर हा आनंद सहस्त्रगुणीत होईल......शुभास्ते पंथानः!!

राजेश चंद्रकांत आजगांवकर
जोगेश्वरी, मुंबई – ४०० ०६०.
संपर्क: ९८२०२८४३८३
(ajgaonkarrajesh@gmail.com)

प्रस्तावना

चाणक्य नावाच्या गारुडाचा शोध घेण्याच्या आणि त्याला समजून घेण्याच्या माझ्या प्रवासाला थोडीथोडकी नव्हे – तब्बल वीस वर्षे झाली.

दूरदर्शन मालिका (चंद्रप्रकाश द्विवेदी यांची 'चाणक्य' मालिका), पुस्तके, संशोधन पत्रिका, माहितीचे मायाजाल, तज्ज्ञांसोबत आणि विद्वानांसोबतच्या चर्चा अशा सर्व माध्यमांतून, चाणक्यांचा प्रचंड चाहता आणि निस्सीम भक्त म्हणून मी त्यांच्या आयुष्याचा वेध घेण्याचा प्रयत्न केला. चाणक्यांच्या विचारांचा प्रसार करण्याआधी त्यांच्याबाबत शक्य तितके जाणून घेण्याचा प्रयत्न केला.

गम्मत अशी झाली, की जितके त्यांच्याबाबत जाणावे, तितके अधिकाधिक जाणण्याची आस वाढीस लागली. दर दिवशी मला त्यांचा नवा साक्षात्कार घडे. 'कॉर्पोरेट चाणक्य', 'चाणक्य प्रणित नेतृत्वाची सात रहस्ये', आणि 'तुमच्यामधील चाणक्य' या माझ्या आधीच्या पुस्तकांतून मी या महान व्यक्तिमत्वाचे वेगवेगळे पैलू उलगडून दाखविले आहेत. परंतु त्यांच्या जीवनाविषयी आणि त्यांच्यापासून प्रेरित झालेल्या प्रचलित कथांविषयी याआधी मी कधी लिहिलेले नाही.

या पुस्तकाचे हेच वेगळेपण आहे. चाणक्यांच्या जीवनापासून शिकता येतील अश्या अनेक धड्यांविषयीच्या कथा या पुस्तकात

अंतर्भूत केलेल्या आहेत. त्यांतील काही ऐतिहासिक आहेत, काही पारंपारीक आहेत तर काही चक्क काल्पनिक आहेत.

परंतु यातील प्रत्येक कथा, तुमच्यासारख्या वाचकाला वाचून, त्यापासून वैयक्तिक पातळीवर बोध घेता येईल अशी आहे. बहुतांश कथांमधील मध्यवर्ती पात्रे दोनच-चाणक्य आणि त्यांचा विद्यार्थी-चंद्रगुप्त. गुरु आणि शिष्यामधील या चर्चा आणि वादविवाद अगदी आजच्या काळातही समर्पक आहेत. चाणक्यांच्या या कथांमधून तुम्ही नव्याने स्वतःचा शोध घेऊ शकाल.

एका वाचकाने एकदा मला विचारले, ''तुमचे नवे पुस्तक कोणते असणार आहे?''

मी सत्वर उत्तर दिले, ''चाणक्यांच्या कथा!''

परंतु या प्रश्नाने मला अंतर्मुख केले – कोणासाठी कथा? माझ्या मनाला स्पष्ट उत्तर सापडेना. त्या दिवशी घरी आलो तेव्हा मुलांना झोपण्याआधी गोष्ट ऐकायची होती. मी त्यांना चाणक्यांची कथा सांगितली. आणि मला उत्तर सापडले, ''लहान मुले आणि प्रौढ मंडळींना कथा या एकसारख्याच आवडतात! ज्ञान आणि चातुर्य यांचा उगम कथांमधुनच तर होतो.

आणि म्हणूनच या पुस्तकातील कथा सर्वांसाठी आहेत. मुले, मित्र, कुटुंबीय, सहकारी आणि तुमच्या परिचयातील सर्वच व्यक्ती. आणि तुम्हाला जर काही कथा मला सांगायच्या असतील, तर बिलकुल संकोच करू नका.

आणि जर तुम्हाला या कथा आवडल्या, तर मला जरूर कळवा...मग मी आपल्या लाडक्या चाणक्यांच्या आणखी नव्या कथा घेऊन तुमच्यासमोर लवकरच पुन्हा सादर होईन.

प्रास्ताविक

तो तिथेच आहे

तुमच्या मागेच..

तो तेथे आहे हे तुम्हाला समजण्याआधीच तो तुमच्यावर नजर ठेऊन आहे

पण घाबरू नका

तो दुष्ट अथवा अज्ञात दहशतवादी प्रवृत्तीचा नाही

तो महान रणनितीतज्ञ आहे – राज्यकर्त्यांना घडविणारा

लोक त्याला चाणक्य, कौटिल्य अथवा विष्णुगुप्त म्हणतात

पण खरं सांगायचं तर...तो एक गूढच होता.

एकदा एका बालकाला विचारले, गूढ म्हणजे काय बरे?

आत्मविश्वासाने ते निरागस बालक उत्तरले, आपणा सर्वानाही न आकलन होणारे व्यक्तिमत्व म्हणजे गूढ. ते स्वर्गातून येऊन आपल्याला शिकवितात. गूढ व्यक्तिमत्वे देवाचे संदेशवाहक असतात आणि तीच माणसाला दैवी मार्गाचे मार्गदर्शन करतात.

'गुढात्मे हे कसे साध्य करतात?'

बालक हसून म्हणाले, 'त्यांच्या कथांमधून!'

आपल्यावर अनंत शक्यतांचे गारुड घालण्याची शक्ती कथांमध्ये असते. प्रत्येक कथेमधून एक बोध मिळतोच, परंतु त्यापलीकडे जाऊन आणखीही काही सखोल असते – आपल्या गाभ्याला साद घालणारे...

त्या बालकाने नंतर कथा ऐकण्याची मागणी केली आणि त्याला चाणक्यांची एक कथा ऐकविली. मग त्याने आणखी एक कथा ऐकण्याचा हट्ट केला. त्याला त्या इतक्या आवडल्या की एकापाठोपाठ एक चाणक्यांच्या कथा ऐकण्याचा सपाटा त्याने चालविला. त्या कथांमध्ये ऐतिहासिक सत्य होते का?...की परंपरागत गोष्टींना सृजनात्मक पद्धतीने सादर केले गेले होते? यामुळे काहीच फरक पडत नव्हता. दररोज झोपायला जाण्यापूर्वी एक नवी कथा ऐकायला मिळते, हेच त्याच्या दृष्टीने खूप महत्वाचे होते.

आणि मग अश्याप्रकारे त्या बालकासाठी दर रात्री एक गोष्ट रचण्यात येऊ लागली–दिवसेंदिवस, आठवडेच्या आठवडे आणि महिनो–महिने. त्या बालकाच्या उर्जेने आणि उत्साहाने अनेक सुरस कथांना जन्म दिला. आणि मग एक असा दिवस आला जेव्हा त्या बालकाच्या डोळ्यांत चमक दिसून आली. त्याचे हास्य विलोभनीय होते – जवळजवळ गूढच!

कथांच्या अपार शक्तीने, गोष्टींच्या जादूने आणि त्यांतील शब्दांच्या सच्चेपणाने, ते बालक त्या गुढात्म्याच्याच व्यक्तीमत्वात बेमालूम मिसळून गेले.....दिवसाकाठी एक गोष्ट ऐकल्याने अज्ञान दूर सारता येते.

आपल्यामधील लहान मुलाला गोष्टी ऐकायला खूप आवडते आणि तेच बालक गोष्टींची निर्मितीही करते.

तर मग प्रत्येक कथेला कोणताही अवरोध न करता फुलू द्या.

तुमच्यामधील गुढाचे आणि चाणक्यांचे मिलन होऊ द्या.

चला...कथेचा श्रीगणेशा होऊ द्या...

अनुक्रमणिका

भाग १: पहिल्या दहा कथा
गुरु चाणक्य

भाग २ : पुढील दहा कथा
मार्गदर्शक चाणक्य

भाग ३ : अखेरच्या दहा कथा
चाणक्यांचे महानपण

भाग १: पहिल्या दहा कथा

गुरु चाणक्य

भाग २ : पुढील दहा कथा

मार्गदर्शक चाणक्य

भाग ३ : शेवटच्या दहा कथा

चाणक्यांचे महानपण

पाठ एक

कटिबद्धता
आणि
स्वयंशिस्तीविषयी...

आचार्य नीती

शपथ घेऊन मोडण्याचे कृत्य तुमच्या हातून किती वेळा बरे झाले आहे ?

याचे सर्वोत्तम उदाहरण म्हणजे नव्या वर्षाचे संकल्प. मग तो कोणताही असू द्या - वजन कमी करणे, लवकर उठणे, हाती घेतलेला प्रकल्प तडीस नेणे अथवा नवा प्रकल्प हाती घेणे...आपण केवळ आरंभशूर असतो. आपण आळशीपणा करतो ; किंवा आपले उद्दिष्ट्य विसरतो. नवनवे प्रकल्प सुरू करणे महत्वाचे नाही; ते पूर्णत्वास नेणे महत्वाचे. खरा मुद्दा कटिबद्धतेचा आहे.

चाणक्य समर्पणाचे आणि शिस्तीचे भोक्ते होते. सत्तांध धनानंदाला सिंहासनावरून पदच्युत करण्याची त्यांनी भीष्म प्रतिज्ञा केली होती. (महाभारतात भीष्मांनी केलेली प्रतिज्ञा त्यांनी त्यांच्या मृत्यूपर्यंत पाळलेली होती.)

आचार्य कथा

गुरुकुलातील दिवसांपासूनच राजांना तत्वज्ञान शिकविले जात असे आणि त्यांचा अध्यात्मिक पाया पक्का करून घेतला जात असे. गुरुकुल म्हणजे शिष्य त्यांच्या गुरुंसोबत जेथे राहतात अशा निवासी शाळा. सिंहासनावर बसल्यानंतर राजकुमारांना या मुलभूत तत्वांचा विसर पडू नये म्हणून राजे आणि मंत्री विद्वज्जनांना आदरपूर्वक पाचारण करून दरवर्षी तत्वज्ञान परिषदा आयोजित करीत असत-आधुनिक काळांतील परिसंवाद

असतात, तसेच. धनानंद देखील आपल्या दरबारात अश्या परिषदा आयोजित करीत असे; परंतु हा निव्वळ वेळेचा अपव्यय आहे असे त्याचे मत होते. मात्र त्याच्या पूर्वसुरींनी ही परंपरा सुरू केलेली असल्यामुळे त्याला ती पाळण्यावाचून गत्यंतर नव्हते.

अशाच एका परिषदेमध्ये अनेक विद्वान मंडळी नवीन कल्पना घेऊन उपस्थित झाली होती, परंतु धनानंद अनुपस्थित होता. राजाच्या अनुपस्थितीत चर्चेला प्रारंभ होईना. धनानंदांच्या दरबारात अमात्य राक्षस नावाचे अत्यंत ज्ञानी व चतुर असे पंतप्रधान होते. राजाचा त्यांच्यावर खूप विश्वास होता आणि तेच राज्यकारभार चालवीत.

धनानंदाच्या अनुपस्थितीमुळे विद्वान समाजात मगध राज्याची मान खाली जात आहे हा धोका अमात्य राक्षस यांच्या निदर्शनास आला. हे टाळण्यासाठी ते धनानंदाच्या राजगृहात धावत गेले. परंतु तेथे त्यांनी त्याला दासींच्या गोतावळ्यात क्रीडेत मग्न असलेले पाहिले.

''महाराज, दरबारात विद्वान मंडळी आपल्या आगमनाची प्रतिक्षा करीत आहेत. मगध राज्याच्या राजाची तिथे आवश्यकता आहे; त्यामुळे कृपया आपण माझ्या समवेत चला. तुमची इतर कामे नंतर करता येतील.''

राजा उत्तरला, ''महा अमात्य राक्षस, इतर कोणीही हे वक्तव्य केले असते तर मी त्याला सुळावर चढविले असते. राजाला आज्ञा देण्याचा अधिकार कोणालाही नाही. परंतु मी आपला आदर करीत असल्याने मी दरबारात येईन.''

दरबारात आल्यावर मात्र धनानंदांचा तोल ढळू लागला आणि त्यांनी विद्वानांची निर्भत्सना सुरू केली. विद्वानांच्या मांदियाळीत बसलेल्या आर्य चाणक्य यांना ते सहन होईना. ते दरबारातून बाहेर पडले. राजाने ते पाहिले व त्याला ते अपमानास्पद वाटले.

रक्षकांना त्याने चाणक्यांना अडविण्याची आज्ञा दिली व

अधिकारवाणीने विचारले, ''तुम्हाला अश्या पद्धतीने निघूनच जायचे होते, तर येथे आलातच कशाला?''

ठाम सुरात चाणक्य उत्तरले, ''मगध राज्याने ज्ञानदीप तेवत ठेवला आहे का आणि आपण सर्व एकत्र मिळून अलेक्झांडरचे आक्रमण परतवून लाऊ शकतो का याची पाहणी करण्याकरिता मी येथे आलो होतो. परंतु मला माझी चूक कळून चुकली आहे आणि येथे आता क्षणभरही वाया घालविण्याची माझी इच्छा नाही.''

संतापून धनानंदाने आज्ञा दिली, ''या माणसाला माझ्या राज्याबाहेर हाकलून द्या!''

रक्षकांनी चाणक्यांची शेंडी पकडून त्यांना दरबाराबाहेर हाकलून दिले. या प्रकारात त्यांच्या शेंडीची गाठ सुटली. ब्राम्हणाची शेंडी प्रतिकात्मक असते. आपले गुरु, देव तसेच धर्मग्रंथांच्या प्रती आदर व्यक्त करण्याचे ते प्रतिक असते. रोज स्नानसंध्या केल्यावर शेंडीची गाठ नव्याने बांधली जाते. आणि म्हणूनच या सर्वोच्च अपमानाचा बदला घेण्यासाठी चाणक्यांनी महाप्रतिज्ञा केली – 'मगध राज्याच्या सिंहासनावरून तुम्हाला पदच्युत केल्याशिवाय मी माझ्या शेंडीची गाठ बांधणार नाही!'

त्या क्षणापर्यंत चाणक्य सत्ता, पद अथवा सैन्याचे अधिपती नसलेले एक सामान्य गुरू होते. आणि त्यांनी त्या काळातील देशामधील एका महासत्ताधीशाला पदच्युत करण्याची शपथ घेतली होती.

परंतु केवळ प्रतिज्ञा करून चालत नाही; त्यादृष्टीने पाऊले उचलावी लागतात. म्हणून चाणक्य रोज आपल्या सुटलेल्या शेंडीकडे पाहून आपल्या प्रतिज्ञेचे स्मरण करीत असत. अखेरीस त्यांनी धनानंदाला सिंहासनावरून खाली खेचले व चंद्रगुप्ताला भारताचा सम्राट म्हणून त्या पदावर प्रस्थापित करून मौर्य साम्राज्याची मुहूर्तमेढ केली.

ज्ञानबिंदू

◆ भ्रष्ट सत्ताधीशदेखील ज्ञानी माणसाचा आदर करतात-धनानंद इतर कोणाचाही आदर करीत नसला तरी अमात्य राक्षस यांना मान देत असे. ते राज्याशी प्रामाणिक असलेले सक्षम मंत्री होते आणि त्यांचे चातुर्य व कटीबद्धता यामुळे उद्दाम राजालाही त्यांचा आदर करण्यावाचून गत्यंतर नव्हते.

◆ तुमच्या आजूबाजूला ज्ञानी माणसांचा गोतावळा जमा करा. जर राजाला सुद्धा ज्ञानी माणसांचा सल्ला घेणे आवश्यक वाटत असेल, तर आपणदेखील त्यापासून फायदा करून घेऊ शकतो.

◆ आपल्या शब्दांशी कटीबद्ध राहा-आपल्या सुटलेल्या शेंडीकडे रोज पाहून चाणक्यांना आपल्या प्रतिज्ञेचे स्मरण होत असे. परंतु आपले शब्द कृतीमध्ये उतरावेत म्हणून त्यांनी त्यादृष्टीने खूप कष्ट घेतले.

पाठ दोन

पहिले ध्यान आपल्या कुटुंबावर

आचार्य नीती

तुमचे कुटुंब तुमच्या दृष्टीने किती महत्वाचे आहे ?

माणसाच्या आयुष्यात त्याच्या कुटुंबाचे किती महत्व असते, हे चाणक्य पक्के जाणून होते. व्यक्ती कुटुंबाचा भाग असते, कुटुंब समाजाचा भाग असते आणि असे समाजघटक एकत्र होऊनच राष्ट्र बनते. राष्ट्र उभारणीसाठी प्रत्येक व्यक्तीचे योगदान आवश्यक असते. परंतु व्यक्ती कुटुंबाचाही भाग असल्याने, राष्ट्र उभारण्याच्या कार्याइतकेच कुटुंबाचेही महत्व आहे.

आचार्य कथा

अवघे जग जिंकण्याच्या दुर्दम्य इच्छेने प्रेरित होऊन अखेर अलेक्झांडर भारताच्या सीमेवर येऊन ठेपला. त्याच्या आगमनाची वार्ता मिळालेल्या चाणक्यांना त्याच्याशी दोन हात करण्याची सिद्धता ठेवणे गरजेचे आहे याची जाणीव होती. अलेक्झांडरचा पराभव करण्यासाठी ज्या अनेक युद्धनितींचा त्यांनी विचार केला होता; त्यामधील एक म्हणजे आपल्या पुरुष आणि स्त्री विद्यार्थ्यांची सेना तयार करणे.

याचे अनेक फायदे होते. गुरू-शिष्याचे नाते खूप बळकट व आयुष्यभराचे नाते असते. माणूस आपले शहर बदलतो, साहेब बदलतो, कंपनी बदलतो; परंतु आपल्या गुरुप्रती तो सदैव समर्पित असतो. चाणक्यांच्या शिष्यांची सेना संपूर्णतः त्यांना समर्पित होती आणि संपूर्ण

विश्वासाने त्यांच्या आदेशाचे पालन करीत असे.

परंतु त्यांना हे सुद्धा ठाऊक होते की कुटुंबाच्या दबावाला ही मुले बळी पडू शकतील. मानसशास्त्राची उत्तम जाण असलेल्या चाणक्यांना विद्यार्थ्यांच्या व त्यांच्या कुटुंबांच्या विचारसरणीची जाणीव होती. त्यामुळे तरुणांना आपल्या सैन्यात सामील करून घेण्याआधी त्यांच्या कुटुंबियांची संमती व आशीर्वाद घेण्यास ते सांगत.

एका तरुण मुलाला सैन्यात भरती व्हायचे होते. नेहमीप्रमाणे त्यांनी त्याला आपल्या आईची संमती घेण्यास सांगितले आणि त्यासाठी स्वतः सोबत चालण्याची तयारीही दाखविली.

मुलगा म्हणाला, ''माझ्या आईला भेटण्यासाठी माझ्या घरी तुमचे सदैव स्वागतच आहे. परंतु तिच्या संमतीची काय बरे आवश्यकता आहे? माझ्या कुटुंबियांचा विरोध असला तरीही सैन्यात भरती होण्याचा माझा निर्णय मी घेतलेला आहे.''

चाणक्य काहीच बोलले नाहीत. त्यांचा शब्दांपेक्षा कृतीवर भर असे.

मुलाच्या घरी गेल्यावर त्यांना त्याचे सर्व कुटुंबीय तणावाखाली दिसले. सैन्यात भरती होण्याचा निर्णय त्या मुलाने घरी सांगितला होता; परंतु तो योग्य आहे अथवा नाही याबाबत सर्व साशंक होते. या गुरूनेच आपल्या तरुण मुलाचे मन सैन्यात भरती होण्यासाठी वळविलेले आहे असे वाटून ती माता चाणक्यांना पाहून क्रुद्ध झाली.

मी तुमच्याबद्दल आणि तुमच्या योजनांबद्दल ऐकलेले आहे, आचार्य चाणक्य. अश्या राष्ट्रवादी विचारांचा पगडा तुम्ही कोवळ्या मनांवर कसा बरे घालू शकता? आणि आता तुम्ही कसलेतरी सैन्य तयार करीत आहात, ज्यात माझ्या मुलाला भरती व्हायची इच्छा आहे. काय वाटते तुम्हाला? अर्थहीन युद्धाचे रणशिंग फुंकून माझ्या कोवळ्या मुलाला मृत्युच्या दाढेत ढकलण्याचा विचार आहे का तुमचा?

आपल्या मुलाला गमाविण्याच्या भीतीने ती आई गर्भगळीत झाली

होती. शब्दांचा साठा संपेपर्यंत तिने गुरूंवर शब्दांचा भडीमार केला. तिच्या सर्व आक्रोशादरम्यान चाणक्य शांत राहिले. त्यांनी एकही शब्द न उच्चारलेला पाहून ती गोंधळून गेली.

आता चाणक्य म्हणाले, ''मला वाटते मी चुकीच्या घरी आलेलो आहे आणि अश्या स्त्रीशी बोलत आहे जिला मातृत्वाचा अर्थच समजलेला नाही.''

आपण चांगली माता नसल्याच्या आरोपाने त्या स्त्रीला धक्काच बसला. तिच्या चेहऱ्यावरील भाव पाहून चाणक्यांनी आपले आक्रमण चालूच ठेवले, ''आपल्या आईवर हल्ला होत असेल आणि मुलगा ते पाहत शांतपणे हात बांधून बसून राहिला, तर तो चांगला मुलगा समजला जाईल काय? मग आपल्या मातृभूमीवर होणारे शत्रूंचे आक्रमण थोपविण्यासाठी बाहेर पडलेल्या मुलाला तू कशी थांबवू शकतेस?''

आपल्या पूर्वजांनी या धरणीला मातृभूमी म्हटले आहे. आपल्या महान संस्कृतीला तिने जन्म दिला आहे आणि ती आपले पालनपोषण व संगोपन करते. आता तिला संरक्षणाची गरज आहे आणि तिच्या मुलांनी ते केले पाहिजे. तू किंवा तुझा मुलगा हे समजण्याइतके प्रगल्भ आहात, असे मला वाटत नाही. तुझा मुलगा तुझ्यापाशी ठेव. मला माझ्या सैन्यात त्याची आवश्यकता नाही.''

ते दरवाजाकडे जाण्यासाठी वळले तेव्हा मुलगा रागाने म्हणाला, ''आई, तू अशी कशी वागू शकतेस? माझे गुरुजी तुझी परवानगी घेण्यासाठी आले होते आणि ती तू नाकारत आहेस..''

त्याचे शब्द पूर्ण होण्याआधीच त्याची आई दारापाशी गेली आणि म्हणाली,''आचार्य, कृपया थांबा. आत या. अन्न ग्रहण करा आणि मग माझा मुलगा तुमच्या समवेत घेऊन चला.''

चाणक्य हसले आणि म्हणाले, ''जरी तू परवानगी दिली नसतीस तरीही मी तुझ्या मुलाला सोबत नेले असते. परंतु मला त्याला या गोष्टीची जाणीव करून द्यायची होती की सैन्यामध्ये भरती झाल्यानंतर त्याच्या

मनात पळून जायचा विचार आला, तर त्याचे सारे परतीचे दोर कापलेले असतील – अगदी त्याचे स्वतःचे घर धरून.''

शिष्याला आता कुठे गुरूंचा धडा समजलाः तुमच्या स्वप्नात तुमचे कुटुंबीय सहभागी झाले की तुम्ही तुमच्या कामात शंभर टक्के योगदान देऊ शकता.

ज्ञानबिंदू

◆ जे काही कराल त्यासाठी तुमच्या कुटुंबियांची सहमती मिळविण्याचा प्रयत्न करा.

◆ समूहाच्या नेत्याने हे भान राखले पाहिजे की तो केवळ त्याच्या अनुयायांसमवेतच नव्हे, तर त्यांच्या कुटुंबियांसोबतही कार्य करीत आहे.

◆ केवळ संस्थांची उभारणी करण्याचे उद्दिष्ट्य ठेऊ नका. त्या मार्गावर चालताना मोठी कुटुंबे निर्माण करा. कठीण काळात तीच तुमच्या मदतीला धावून येतील.

पाठ तीन

युद्धकाळातील सहकार्य

आचार्य नीती

मानवी समाजाला युद्धाचे नाविन्य नाही. युद्धांबद्दल विशेष गोष्ट अशी की क्वचितच ती एकएकट्याने खेळली जातात–किंवा तशी खेळली जाऊ नयेत. वैयक्तिकरीत्या लढाई लढताना, केवळ एकाच व्यक्तीची रणनीती आणि सैन्य पणाला लागते. मात्र जेव्हा सहकार्याने युद्धे खेळली जातात तेव्हा अनेकविध रणनीती आणि मोठ्या सैन्याचा वापर केला जातो.

कौरव आणि पांडवांनी खेळलेल्या महाभारतातील युद्धाचे उदाहरण घेऊ. अनेक राजांनी पांडवांना सहकार्य केले आणि कित्येक राजे कौरवांच्या बाजूने युध्दात उतरले. चाणक्यांच्या अर्थशास्त्रानुसार, अशा समर्थकांना 'मित्र' अथवा सहकारी असे संबोधले जाते.

आचार्य कथा

आपली एकट्याची सेना उभारणे पुरेसे नाही हे चाणक्यांना पक्के ठाऊक होते. अलेक्झांडरचा पराभव करण्यासाठी त्यांना इतर राजांची आणि त्यांच्या सैन्याची नितांत आवश्यकता होती. जरी धनानंदाने त्यांना पाठींबा दिला नाही, तरी इतर राजांचे सहकार्य प्राप्त करण्याचे प्रयत्न त्यांनी जोमाने चालू ठेवले.

त्या काळात भारत सोळा प्रादेशिक राज्यांमध्ये विभागला गेला होता. सर्वांच्या सामायिक शत्रूविरुद्ध त्यांची एकजूट करणे, हे चाणक्यांचे

जीवनकार्य ठरले. या सोळाही राज्यकर्त्यांना ते एक एक करून भेटले आणि त्यांची मदत मागितली. धनानंदाप्रमाणे काही राजांनी त्यांची तोंडावरच खिल्ली उडविली आणि त्यांना सहकार्य करण्याचे नाकारले. काहींनी त्यांचा अपमान करून त्यांना माघारी धाडले. तर काहींनी सौजन्याने नकार दिला.

हे एक राष्ट्रीय कार्य आहे यावर कोणाचाच विश्वास बसत नव्हता. अलेक्झांडर सारख्या जगज्जेत्या सम्राटाला आव्हान देणे हेच मुळी व्यर्थ आहे, असे त्यांना वाटे. परंतु चाणक्यांनी हार मानली नाही. मगध राज्याशिवाय त्यांनी कैकेय, कुरु आणि मालव या सामर्थ्यवान राजांना आवाहन केले. अलेक्झांडरचे आक्रमण हे आपल्यावरील संकट आहे याची त्यांना जाणीवच नसल्याने त्यांनी यथातथाच प्रतिसाद दिला-कारण त्याचे सैन्य आपल्या राज्यापासून खूप दूर आहे अशी त्यांची भावना होती.

म्हणून चाणक्यांनी वेगळी शक्कल लढविली. गुरु म्हणून ते अनेक व्याख्यानांना, प्रवचनांना आणि वादविवादांना हजेरी लावीत असत. या व्यासपिठाचा उपयोग करून इतर राज्यांतील गुरूंना प्रभावित करण्याचे त्यांनी ठरविले. कुरु राज्यातील राज्यशास्त्र शिकविणाऱ्या आपल्या मित्राशी त्यांनी प्रथम संपर्क साधला.

"तू माझ्यासाठी एक सार्वजनिक व्याख्यान आयोजित करू शकशील कां?", त्यांनी सुचविले.

"खूपच छान कल्पना आहे ही, चाणक्य! 'अर्थशास्त्र' या विषयावरील तुमचे प्रभुत्व वादातीत आहे आणि सर्वांनाच तुमचे विचार ऐकायला आवडतील. आमच्या विश्वविद्यालयात आम्ही जरूर तुमचे व्याख्यान आयोजित करू."

काहीशा खेदाने चाणक्य उद्गारले, "गुरुवर्यांमध्ये जरी माझा प्रभाव असला, तरी राष्ट्रीय उद्दिष्ट्य साध्य करण्यासाठी मी राज्यकर्त्यांना प्रेरित

करू शकलेलो नाही.''

त्यांच्या मित्राला या विधानाचे कुतूहल वाटले आणि चाणक्यांनी त्याला आपल्या अलेक्झांडरविरोधी मोहिमेला राज्यकर्त्यांचा कसा थंड प्रतिसाद मिळत आहे, ते कथन केले.

''म्हणून मला या राज्यकर्त्यांना विश्वासात घेण्यासाठी वेगळा मार्ग चोखाळला पाहिजे–ज्ञानाचा मार्ग. या विषयात मी तज्ज्ञ आहे आणि मी त्याचा माझ्या फायद्यासाठी वापर केला पाहिजे.''

त्यांचा मित्र गोंधळून गेला आणि त्याने अधिक स्पष्टीकरणाची विनंती केली. चाणक्यांनी त्यांची रणनीती विस्ताराने सांगितली. मी तुमच्या विश्वविद्यालयात येईन तेव्हा काहीही करून तू तुझ्या राजाला तेथे घेऊन ये.

''ते सहज शक्य आहे. राजे तुमच्या व्याख्यानाला उपस्थित तर राहतीलच; शिवाय तुमचा भेटवस्तू देऊन सत्कारही करतील.''

चाणक्य पुढे म्हणाले, ''मला भेटवस्तूंची खरेच आवश्यकता नाही. मला त्यांच्या उपस्थितीची आणि चातुर्याची आस लागलेली आहे. व्याख्यानादरम्यान अप्रत्यक्षरीत्या मी त्यांना माझी योजना विषद करून सांगीन. ते चतुर असतील, तर समजून जातील.''

व्याख्यानाच्या दिवशी उत्साही श्रोत्यांनी प्रचंड गर्दी केली. राजा विद्वानांचा अत्यंत आदर करणारा आदर्श व्यक्ती होता. त्यांनी विश्वविद्यालायामध्ये स्वतः उपस्थित राहून चाणक्यांचे स्वागत केले. त्यानंतर चाणक्यांनी राष्ट्र उभारणीविषयी विस्तृत विवेचन केले.

''राष्ट्रीय उद्दिष्टांच्या पूर्ततेसाठी आपण सर्वांनी सहकाराने काम केले पाहिजे. परकीय आक्रमणाचे संकट आले तर संकुचित प्रादेशिक विचारसरणीचा तत्काळ त्याग केला पाहिजे. अश्या आणीबाणीच्या समयी सर्वांनी एकजूट होऊन एक राष्ट्र म्हणून कडवा प्रतिकार केला पाहिजे. मस्तकावर घाव पडत असेल, तर संरक्षणासाठी ताबडतोब हात

एकत्र येणार नाहीत का ?''

राजाला चाणक्यांचे सर्व मुद्दे पटले. सर्व श्रोतृवर्गावर त्यांच्या भाषणाची जणू मोहिनीच पडली. एका गुरुवर्यांनी चाणक्यांना विचारले, ''युद्धामध्ये सहयोगाचे इतके महत्व का बरे आहे ?''

चाणक्यांनी मग सूचक विधान केले, ''कारण, सहकारानेच विजय प्राप्त होतो.''

ते पुढे म्हणाले, ''तुम्हाला ठाऊक आहे का, की माझ्यासाठी युद्ध जिंकणे हा एक विषय आहे. परंतु मला त्याचसोबत राजांना आणि सामान्य जनतेला राष्ट्रवादाची संकल्पना समजावून सांगायची आहे. देशप्रेमाची प्रखर भावना जागृत झाल्याशिवाय कोणतेही युद्ध जिंकणे केवळ अशक्य आहे. युद्धात जय प्राप्त होण्यासाठी हे पहिले आयुध आहे.''

चाणक्यांनी स्वतःशीच विचार केला, ''मी यांच्या राजवाड्यांत गेलो, तर ही मंडळी माझे ऐकून घेत नाहीत. परंतु मी त्यांना माझ्या विद्यालयांत पाचारण केले, तर मात्र ते येतात आणि त्यांना माझे बोलणे पटतेही.'' आणि अश्याप्रकारे त्यांनी देशभर गुरुकुल व विश्वविद्यालयांचे जाळे उभारले. गुरु राजांवर प्रभाव टाकू शकतील याची त्यांना खात्री होती.

चाणक्यांनी त्यांचे उद्दिष्ट्य साध्य केले. अलेक्झांडर विरोधीच्या युद्धाला तोंड देण्यासाठी त्यांना राजाचा पाठींबा मिळाला. मग हीच रणनीती त्यांनी इतर राजांचा पाठींबा मिळविण्यासाठी वापरून पाहिली आणि त्यांना त्यात देखील यश मिळाले.

त्यांचे शेवटचे शब्द होते,''एकमेकांशी स्पर्धा करत नव्हे; तर एकमेकांच्या सहकार्याने आपण नेहमीच युद्ध जिंकू शकतो.''

ज्ञानबिंदू

◆ कोणत्याही युद्धात मित्रांचा सहभाग असणे अत्यावश्यक असते. तुमच्या बाजूने जितके अधिक सहकारी उभे राहतील, तितके तुम्ही विजयी होण्याची शक्यता अधिक असते.

◆ एका व्यक्तीने तुमच्याशी सहकार्य करण्यास नकार दिला, तर हिम्मत सोडू नका. इतर ठिकाणी प्रयत्न करीत राहा. त्यांना प्रेरित करण्यासाठी संघर्षाच्या उद्दिष्टांचे विशाल चित्र त्यांच्यापुढे सादर करा.

◆ तुमच्या सहकाऱ्याला त्याच्या गृहात समजावणे कठीण जात असेल, तर तुमचा दृष्टीकोन अधिक चांगल्या पद्धतीने समजवण्यासाठी त्याला तुमच्या जागेत निमंत्रित करा.

पाठ चार

साखळीतील कमकुवत कडी

आचार्य नीती

रणनीती आखाण्याआधी व्यवस्थापन विषयातील तज्ञ SWOT विश्लेषणाचा वापर करतात, हे आता सर्वज्ञात आहे. या चार अक्षरांच्या समूहाचा अर्थ असा आहे:

S - Strengths (बलस्थाने)

W - Weaknesses (कमजोरी)

O - Opportunities (संधी)

T - Threats (धोके)

नवीन उत्पादने बाजारात उतरविण्याच्या आधी प्रत्येक कंपनी आपले स्वतःचे, प्रतिस्पर्ध्यांचे आणि सर्वसाधारणतः त्या उद्योगविश्वाचे SWOT विश्लेषण करते.

यशस्वी होण्यासाठी प्रत्येकाला आपले सामर्थ्य आणि कमजोरी ठाऊक असायला हव्यात. त्याचप्रमाणे आपल्याला उपलब्ध असलेल्या संधी व मार्गातील धोके यांचेही भान ठेऊन नियोजन करणे आवश्यक आहे.

सर्वोत्तम रणनितीज्ञ म्हणून परिस्थितीचे सारासार मूल्यमापन करण्यासाठी चाणक्यांनीही अशी 'वैचारीक आयुधे' वापरली होती.

आचार्य कथा

आपल्या शत्रूच्या बलाबलासंबंधी चाणक्य सदैव जागरूक असत. सदैव युद्धतत्पर राहून शत्रूला नेस्तनाबूत करण्यासाठी त्यांचा एका तत्वावर प्रचंड विश्वास होता:

पोलादी साखळीतही एखादी कमकुवत कडी असते.

जगज्जेत्या अलेक्झांडरच्या बाबतीतही हे खरे आहे असे चाणक्यांनी सांगितले तेव्हा चंद्रगुप्त आणि त्यांचे अधिकारीही आश्चर्यचकीत झाले. अलेक्झांडर हा सामर्थ्यशाली व दृढनिश्चयी तसेच तरुण व तडफदार नेता होता. मेसिडोनियामधून इतक्या दूरवर येताना त्याने वाटेत अर्धेजग जिंकले होते आणि आता त्याचे डोळे भारतावर खिळले होते.

जेथेजेथे तो गेला तेथेतेथे सैन्ये पत्त्याच्या बंगल्याप्रमाणे धडाधड कोसळली. अलेक्झांडर चाल करून येत आहे, एवढी एकच बातमी पोटात गोळा आणीत असे. शिवाय त्याच्यापाशी दैवी सामर्थ्य असून सर्व जगावर राज्य करण्यासाठीच त्याने अवतार घेतलेला आहे, अशी समजूत पसरविण्यात आलेली होती.

परंतु चाणक्यांनी अलेक्झांडरच्या बलस्थानांचा विचार केला होता – ती खूपच होती. उदाहरणार्थ – प्रचंड मोठे आक्रमक सैन्य, जबरी आयुधे (त्याकाळी भारतात वापरल्या जाणाऱ्या आयुधांहून खूपच वेगळी) आणि एकाच दमात प्रचंड मोठ्या सैन्याला तोंड देण्याची अफाट क्षमता.

जरी सर्वांना या गोष्टींची दहशत बसली होती, तरी चाणक्य शांतचित्त होते. काळजी करू नका...जर आपण त्याच्या बलस्थानांचा व्यवस्थित अभ्यास केला तर आपल्याला त्याची कमकुवत कडी शोधणे सोपे जाईल. युद्धे रणांगणावर लढली जात नाहीत, लोकांच्या मनात लढली जातात.

प्रचंड मोठे सैन्य हे अलेक्झांडरचे बलस्थान होते आणि हे सैन्य कसे चालते याची माहिती चाणक्य काढीत होते. त्यांनी 'विषकन्या' या नावाने स्त्री गुप्तहेरांचे जाळे उभारले होते. आपले मोहजाल पसरवून शत्रूच्या आतील गोटातून त्याची बित्तंबातमी काढणे हे या सुंदर, चतुर आणि युद्धाशास्त्रात प्रवीण स्त्रियांचे काम होते. आता अशाच एका विषकन्येची त्यांना आवश्यकता होती.

'देवालाही स्त्रियांचे मन वाचता येत नाही', असे म्हणतात. परंतु चाणक्यांना हे पक्के ठाऊक होते की माणसाच्या मानसशास्त्राची जाण पुरुषांपेक्षा स्त्रियांना अधिक असते. विश्लेषण करून पुरुष जे साध्य करू शकत नाहीत, ते स्त्रिया आपल्या भावनांकाच्या जोरावर सहज मिळवू शकतात.

त्यातील एका विषकन्येची निवड करून चाणक्य तिला म्हणाले, "अलेक्झांडरच्या गोटात शिरून त्यांची संपूर्ण खबरबात काढण्याचे काम तुला करायचे आहे."

"नक्कीच, आचार्य", आदरपूर्वक आपली मान वाकवीत ती म्हणाली.

"तू उत्तम काम करशील याची मला खात्री आहे...परंतु मला त्या लोकांचा भरवसा नाही. खूप काळजी घे," त्यांनी सल्ला दिला.

"काहीही चिंता करू नका आचार्य..., मी माहितीसोबत त्यांचे मन सुद्धा वाचून सुखरूप परत येईन."

काही दिवसांनी ती विषकन्या सुखरूप परतलेली पाहून चाणक्यांना हायसे वाटले. परंतु ती घाबरलेली होती, असे त्यांना आढळले.

"काय झाले? काही अडचण आहे का?"

आचार्य, "मला वैयक्तिकरित्या काहीही त्रास झाला नाही...परंतु देशाची परिस्थिती मात्र मला धोकादायक वाटत आहे. त्यांचे सैन्य

अमर्याद, अगणित आहे. अश्या प्रकारच्या माणसांना याआधी मी कधीही पाहिलेले नाही, ऐकलेही नाही. ते उंच, सुदृढ आणि दृढनिश्चयी आहेत. नेत्याच्या आदेशावर ते काहीही करतील. त्यांच्यापाशी अद्ययावत शस्त्रे आहेत आणि महत्वाचे म्हणजे 'करू अथवा मरू' असा दृष्टिकोन आहे. आपली हार निश्चित आहे!''

परंतु चाणक्य तिला ग्रासून टाकलेल्या भीतीला बळी पडले नाहीत. काहीच घडले नाही अश्या आविर्भावाने त्यांनी तिला विचारले, ''तुला त्या माणसांना पाहून आणखी काय बरे जाणवले?'' स्त्रिया अव्यक्त भावनांना जाणून घेण्यात चाणाक्ष असतात, असा त्यांचा अनुभव होता.

थोडा विचार करून ती म्हणाली, ''त्यांनी मला पहिले तेव्हा मी भयाने थिजून गेले. परंतु नंतर मात्र ते हळवे झाल्याचे मला जाणवले. याचा अर्थ मला समजला नाही, कारण मला स्वतःच्या जीवाची भीती वाटत होती.''

हे ऐकल्यावर चाणक्य मोठ्याने हसले. ''तुझे खूप धन्यवाद..तू मोठेच काम केले आहेस. आता माझी रणनीती तयार आहे.''

विषकन्या गोंधळून गेली. चाणक्यांनी स्पष्टीकरण दिले.

''मुली..ही माणसे आपल्या कुटुंबीयांपासून वर्षानुवर्षे दूर आहेत. इतकी महायुद्धे लढून त्यांचा मानवी भावभावनांशी संपर्क तुटला आहे. मात्र तुला पाहिल्यावर त्यांना आपल्या कुटुंबाची, मुलामुलींची आठवण झाली. तुझ्यामुळे त्यांना सहृदयता आठवली.

पुढे काय करायचे ते विषकन्येला उमगले, ''पोलादी साखळीतही कमकुवत कडी असते.'' महान रणनीतीज्ञ असलेल्या चाणक्यांनी अशा अनेक विषकन्यांचे जाळे अलेक्झांडरच्या सैन्यात पसरवले. त्यांनी त्या माणसांच्या भावनांना हात घातला, त्यांचा दृढनिश्चय व रक्तपिपासा खिळखिळी केली आणि अखेर त्यांचा पराभव घडवून आणला.

ज्ञानबिंदू

◆ विरोधक बलवान, साधनांनी समृद्ध आणि दृढनिश्चयी असेलही. परंतु कितीही तयारीचा असला, तरी त्याची काहीतरी कमजोरी असणारच.

◆ स्त्रियांना माणसाच्या भावना खूप चांगल्या ओळखता येतात. आपल्या पर्यायी विचार करण्याच्या पद्धतीने आणि अव्यक्त भावनांच्या अभ्यासाने त्या तुम्हाला आश्चर्यचकीत करून टाकू शकतात.

◆ शत्रूची वाट पाहण्यापेक्षा, तुमच्या रणनीतीने त्याला आश्चर्यचकीत करा.

पाठ पाच

एका व्यक्तीची शक्ती

आचार्य नीती

मोठे बदल अनेक माणसांमुळे होतात, असा एक सर्वसाधारण समज आहे. परंतु अनेकदा असे अनुभवास येते की मोठ्या परिवर्तनाची सुरुवात छोट्या आरंभाने होते आणि बऱ्याचदा ही सुरुवात एका व्यक्तीपासून होते.

एकदा एक शिष्य गुरूंना म्हणाला, "एक व्यक्ती काय बरे करू शकेल? एकट्याने एवढे बदल कशी घडवून आणू शकेल? अशक्यच वाटते हे सर्व!"

स्मितहास्य करीत गुरु म्हणाले, "खरेतर एकच व्यक्ती हे सर्व घडविते आणि बाकी सर्व त्यांचे अनुसरण करतात."

प्रारंभीस हे सर्व कठीण वाटते; मात्र हे नेहेमीच एका माणसाने घेतलेल्या पुढाकारावर अवलंबून असते. त्याच्या अथक परिश्रमाने, संघकार्याने आणि देवाच्या कृपेने कार्य तडीस जाते.

एक माणूस काय करू शकतो याचे ऐतिहासिक उदाहरण म्हणजे चाणक्यांचे जीवन. शंभर माणसे एकत्र येऊनही करू शकणार नाहीत अशी अनेक कामे चाणक्यांनी एकाचवेळी, एकट्याने आपल्या बुद्धिमत्तेच्या आणि धाडसाच्या जोरावर साध्य केली.

आचार्य कथा

राष्ट्राच्या उभारणीचे कार्य चाणक्यांनी प्रथम हाती घेतले, तेव्हा त्यांच्यापाशी काहीच नव्हते – ना साधने, ना सैन्य, ना कुणाचा आधार.

तरीही एका जगज्जेत्याला त्यांनी धूळ चारली.

विचार करा – चाणक्यांना एकाच वेळी दोन आघाड्यांवर लढायचे होते – अंतर्गत आणि बाह्य. बाहेरच्या आघाडीवर त्यांना जग जिंकण्याची दुर्दम्य इच्छा बाळगणाऱ्या अलेक्झांडरचा पराभव करायचा होता. त्यांनी ते साध्य केलेच; शिवाय तो परतून कधीही भारताच्या दिशेने येणार नाही हेसुद्धा सुनिश्चित केले.

अंतर्गत पाहिले तर एकमेकांशी सतत लढणाऱ्या १६ प्रादेशिक राज्यांची समस्या होती. त्यांना एकत्रित करावयाचे होते, धनानंदाची सिंहासनावरून उचलबांगडी करून संयुक्त भारताचा सम्राट म्हणून चंद्रगुप्ताची प्रस्थापना करायची होती. अलेक्झांडरचा प्रश्न सोडविल्यानंतर त्यांना सबळ नेतृत्वाखालील सुशासित भारताची निर्मिती करायची होती.

चाणक्यांनी चंद्रगुप्त मौर्याला भारताचा चक्रवर्ती सम्राट म्हणून घोषित केल्याची बातमी वणव्यासारखी पसरली. केवळ राजे व सामान्य जनतेनेच नव्हे; तर इतर विश्वविद्यालयांतील विद्वानांनी आणि गुरुजनांनीही त्यांच्या यशाचे कौतुक केले.

या यशानंतर दुसऱ्या विद्यालयातील राज्यशास्त्र शिकविणारे गुरुवर्य त्यांच्या भेटीसाठी आले. चाणक्यांचे ते तक्षशीला विश्वविद्यालयातील मित्र होते आणि दोघांमध्ये मैत्रीचा जुना ऋणानुबंध होता.

चाणक्यांना त्यांच्या मूळ नावाने संबोधित ते म्हणाले, ''विष्णू, तू हे सर्व कसे बरे साध्य केलेस?''

''तक्षशिलेमधील सर्व विद्यार्थी आणि गुरुजन तुझ्या बुद्धिमत्तेचा सदैव आदर करीत. तू नेहमीच कशा न कशाचा विचार करीत असतोस, हे आम्हाला ठाऊक होते,'' हसत ते म्हणाले. ''तरीही अलेक्झांडर आणि धनानंदाला एकाच वेळी पराभूत करणे आणि ते सुद्धा चंद्रगुप्तासारख्या तरुण नेत्याच्या सहकार्याने....हे खरोखरीच अविश्वसनीय आहे!''

चेहऱ्यावरील भाव न बदलता चाणक्य आपल्या लहानपणीच्या

मित्राची स्तुतिसुमने ऐकत होते.

''विष्णू...तू खरेच धूर्त माणूस आहेस. आज तुला मी सोडणारच नाही. तुझ्या यशाचे गुपित मला समजून घ्यायचे आहे. मला सर्व काही सांगितल्याशिवाय तुला मी काही सोडणार नाही.''

चाणक्यांचे गुपित समजून घेण्याचा त्यांच्या मित्राने खूप प्रयत्न केला, परंतु चाणक्यांनी ताकास तूर लागू दिला नाही. तेवढ्यात त्यांच्या मित्राने चाणक्यांच्या भावनेलाच हात घालणारे विधान केले.

''विष्णू, तू आणि मी केवळ मित्रच नाही, गुरुदेखील आहोत. आपले ज्ञान आणि अनुभव विद्यार्थ्यांमध्ये वाटणे ही आपली नैतिक जबाबदारी आहे. तरच आपण गुरूंचा आदर करणारी पिढी निर्माण करू शकतो. पुस्तकी ज्ञानाला व्यवहारात रुपांतरीत करू शकणारे तुझ्यासारखे गुरु फार थोडे आहेत. माझ्याकडे पहा. मी उत्तम व्याख्याने देऊन माझ्या ज्ञानाने विद्यार्थ्यांना प्रभावित करू शकतो. परंतु इतरांची प्रमेये वारंवार घोकून सांगण्याच्या पलीकडे मी काहीच देऊ शकत नाही.''

''जर तू तुझे अनुभव सांगितले नाहीस, तर मला पुस्तकी ज्ञान आणि व्यवहार यांमधील फरक कसा बरे समजेल....यशस्वी होण्याची इच्छा बाळगणे आणि खरोखरीच यशस्वी होणे यामधील अंतर कसे पार करता येईल?''

अखेरीस आचार्य चाणक्यांनी आपले मौन सोडले, ''यशापाशी घेऊन जाणारी अशी एक रणनीती नसते. अश्या अनेक रणनीती एकाच वेळी उपयोगात आणाव्या लागतात – ज्या व्यक्तीवर आणि त्या त्या वेळी भेडसावणाऱ्या परिस्थितीवर अवलंबून असतात.''

त्यांच्या मित्राला कुतूहल वाटले. ''तर मग एकाचवेळी अनेक रणनीती वापरण्याचे तुमचे सूत्र तरी काय होते?''

''साम, दाम, दंड, भेद'', चाणक्य उत्तरले.

''थोडे अधिक स्पष्ट करून सांगशील का विष्णू?''

''कोणत्याही संकटाचा सामना करण्याच्या चार पद्धती असतात.

काही वेळा परिस्थिती इतकी सहज असते की केवळ निखळ चर्चेने मार्ग निघू शकतो. कोणावर हल्ला करण्याची गरजच नसते मुळी. विरोधक विद्वान असेल तर त्याला तुमचा तर्क पटतो आणि तो तुमचा मुद्दा स्वीकारतो. याला 'साम' असे म्हणतात.''

चाणक्य पुढे म्हणाले, ''स्वभावतः माणसे स्वार्थी असतात. प्रत्येक गोष्टीत ते आपला फायदा शोधतात. तुम्हाला तुमचे उद्दिष्ट्य साध्य करायचे असेल, तर दुसऱ्या माणसाची गरज ओळखा आणि त्याला असे आमिष दाखवा, जे तो नाकारूच शकणार नाही. याला 'दाम' म्हणतात.

अश्या सामंजस्याने मार्ग निघत नसेल आणि विरोधक अडूनच बसला असेल, तरीही प्रयत्न सोडू नका. तुमच्या शत्रूपेक्षा धूर्त बना. फोडा आणि राज्य करा नीती वापरा; त्यांच्यात आपापसात कलह लावून द्या. याला 'भेद' म्हणतात.''

पुढे बोलताना चाणक्य भयप्रद वाटू लागले.

''हेदेखील चालले नाही, तर मात्र शत्रूला हलकीशी शिक्षा करावी लागते. आणि सर्वच मार्ग खुंटले तर त्याला सर्वोच्च शिक्षा द्यावी लागते. शत्रूला पूर्णतः व कायमचे नेस्तनाबूत करावे लागते. याला 'दंड' असे म्हणतात.''

काही क्षण चाणक्य स्तब्ध राहिले. मित्राच्या डोळ्यांत पाहत ते हळुवारपणे म्हणाले, ''परंतु एक ध्यानात ठेव. हे जे सर्व काही करायचे ते केवळ उदात्त आणि अध्यात्मिक उद्दिष्टासाठी करायचे असते. तसे न केल्यास तुम्ही आत्मकेंद्रित बनण्याचा आणि सत्तेचा दुरुपयोग करण्याचा धोका संभवतो.''

त्यांच्या मित्राला त्यांच्याबद्दल अत्यंत उच्च दर्जाचा आदर वाटला. ''विष्णू, खूप थोड्या लोकांना तू उमजला आहेस. अनेक लोकांचे तुझ्याविषयी खूप गैरसमज आहेत. माणसाची बुद्धिमत्ता काय साध्य करू शकते, हे मला आता कळले!''

ज्ञानबिंदू

◆ केवळ एका व्यक्तीने कार्यारंभ करणे पुरेसे आहे. नेतृत्वाचे पहिले पाऊल तुम्ही उचललेत की इतर जन तुमचे अनुयायी बनतात.

◆ परिस्थिती आणि समोरील व्यक्तीनुसार रणनीती बदलते. यशाचे एक सूत्र नाही.

◆ यशासाठी सर्वात महत्वाचा घटक म्हणजे अध्यात्मिक उद्दिष्ट्य. अध्यात्मिक अधिष्ठान असेल, तरच सर्वोच्च आणि अशक्यप्राय उद्दिष्ट्य देखील साध्य करता येते.

पाठ सहा

आदर्श विद्यार्थ्याच्या शोधात

आचार्य नीती

ज्याप्रमाणे प्रत्येक विद्यार्थी आदर्श गुरूच्या शोधात असतो, त्याचप्रमाणे प्रत्येक गुरुदेखील आदर्श विद्यार्थ्याचा शोध घेत असतो. भगवद्‌गीतेच्या समारोपाच्या श्लोकात म्हटले आहे:

'दैवी गुणसंपन्न कृष्ण आणि त्यांचा सक्षम अनुयायी अर्जुन जेथे आहेत, तेथे सौदर्य, नितीमत्ता, प्रचंड सामर्थ्य आणि दुष्टांवर विजय निश्चित आहे.'

या शब्दांमधून हे चातुर्य ग्रहण करायला मिळते की जेथे आदर्श शिक्षक (कृष्ण) आणि आदर्श विद्यार्थी (अर्जुन) एकमेकांसोबत असतात तेथे यश आणि सुख खात्रीने वास करते. त्यांची भेट जादुई तसेच परिवर्तनशील असते.

आचार्य कथा

नंद राजवटीमधील नववा राज्यकर्ता धनानंद, चाणक्यांच्या काळातील मगध या भारतातील सर्वात मोठ्या राज्याचा सम्राट होता. तो अत्यंत स्वकेंद्रित तसेच बेजबाबदार राजा होता आणि आपल्या मंत्र्यांच्या सल्ल्याला धुडकावून लावून अनेकदा लहरीपणे आचरण करीत असे.

एकदा धनानंदाच्या दरबारात तत्वज्ञानावर चर्चा चालू असताना राजाच्या असंबद्ध वर्तणुकीला वैतागून चाणक्यांनी दरबाराच्या बाहेर पडायचे ठरविले. याला सिंहासनाचा उपमर्द मानून राजाने त्यांना राजवाड्याबाहेर हाकलून लावले. अपमानित आणि क्रोधीत झालेल्या गुरूने उद्धट राजाला सिंहासनावरून पायउतार करून तेथे चांगल्या नेत्याला बसविण्याची प्रतिज्ञा केली.

परंतु असा आदर्श राजा कसा ओळखावा?

त्याकाळातील तक्षशीला या विश्वविद्यालयात अर्थशास्त्र (राजकारण आणि सुशासन या विषयांचे शास्त्र) विषयाचे अध्यापन करणाऱ्या चाणक्यांचे अनेक हुशार आणि उत्साही विद्यार्थी होते. परंतु भावी राजपुत्र होण्याचे गुण कोणताच नव्हते. तरीही हताश न होता त्यांनी शोधमोहीम चालू ठेवली.

एके दिवशी काही मुलांना खेळताना पाहून चाणक्यांची शोधमोहीम अचानक थांबली. अनेकदा मुलांना त्यांची खेळणी आणि खेळ खेळण्याचे स्वातंत्र्य दिले व त्यांचे निरीक्षण केले तर त्यांचा दृष्टीकोन, संघटनाकौशल्य, सहकार्य, निर्णयक्षमता आणि नेतृत्वगुण पारखण्याची संधी मिळते.

म्हणून त्यांनी त्या गटाचे काळजीपूर्वक निरीक्षण केले. राजा, त्याच्या आजूबाजूला त्याचे मंत्रिमंडळ, प्रजेसाठी दरबार भरवित आहेत असा काहीसा तो खेळ होता.

मंत्री राजासमोर त्यांच्या समस्या सांगत होते आणि राजा न्यायनिवाडा करीत होता. अंतिम निर्णय देण्याआधी परिस्थितीचे संपूर्ण आकलन करणे, व्यवस्थित विश्लेषण करणे तसेच व्यक्ती आणि समस्या यांचे पृथक्करण करणे आवश्यक होते.

राजा कनवाळू व समजूतदार असणे जितके गरजेचे होते, तितकेच तो बलवान आणि ठाम असणे आवश्यक होते. एकाचवेळी तो सहकंपा बाळगणारा, तरीही अलिप्त असणेही गरजेचे होते. उत्तम न्यायाधीशाला कायद्याचे संपूर्ण ज्ञान असणे गरजेचे असते, तरीही तो त्या मर्यादित बंदिस्त न होणे हेदेखील तेवढेच आवश्यक असते, तरच तो समर्पक निर्णय देऊ शकतो. खेळातील राजामध्ये ते सर्व गुण होते आणि त्यामुळे चाणक्य प्रभावित झाले. त्यांचा खेळ पाहण्यात ते गढून गेले.

मंत्र्याची भूमिका करणारा एक मुलगा म्हणाला, "महाराज, कारखान्यात काम करणाऱ्या कामगाराचा हा खटला आहे. त्याने वेळेत आपले काम पूर्ण केले नाही तरीही तो पूर्ण वेतन मागत आहे."

राजाने फिर्यादीला विचारले, ''न पूर्ण केलेल्या कामाचे तू संपूर्ण मानधन कसे बरे मागू शकतोस? कायदा सांगतो की तुला केवळ काम पूर्ण केले तरच वेतन मिळू शकेल.''

कामगार उत्तरला, ''महाराज, मी या वस्त्र उद्योगात अनेक वर्षे काम करीत आहे. माझे आईवडील, पत्नी, मुले माझ्या वेतनावर अवलंबून आहेत. हल्लीच मी आजारी पडलो आणि आठवडाभर कामावर जाऊ शकलो नाही. परतल्यावर मी माझे वेतन मागितले, कारण माझ्या कुटुंबाला पैशाची नितांत आवश्यकता आहे. परंतु मालकाने माझी मागणी धुडकावून लावली.''

मालकाला पाचारण करण्यात आले आणि राजाने त्याला त्याची बाजू मांडायला सांगितली. तो म्हणाला, ''महाराज, हा कामगार आजारी असल्याने कामावर येऊ शकला नाही. परंतु वेळेवर काम पूर्ण करणे अत्यंत आवश्यक असल्याने मला त्याच्या जागी दुसऱ्या कामगाराला पगार देऊन त्याच्याकडून हे काम पूर्ण करून घ्यावे लागले. याने काम केलेले नसताना आता मी याला कसा काय पगार देऊ?''

कामगाराच्या डोळ्यांत अश्रू आले, ''महाराज माझ्यावर दया करा. वर्षानुवर्षे मी या कारखान्यात नोकरी केली आहे. याआधी माझे काम वेळेत पूर्ण झाले नाही, असे एकदाही झालेले नाही. परंतु यावेळेस मी आजारीच पडलो, तर काय करू? मी गरीब माणूस आहे. वेतन मिळाले नाही तर माझ्यावर घोर आर्थिक संकट कोसळेल.''

राजाने मंत्र्यांसोबत चर्चा केली. मग त्याने आपला निवाडा जाहीर केला, ''न केलेल्या कामाचे पैसे देण्याचा कोणताही कायदा नसला, तरी या माणसाची इतक्या वर्षांची समर्पितता आणि कटीबद्धता यांचा विचार झालाच पाहिजे. कामगाराचे कुटुंब हे मालकाच्या विस्तारित कुटुंबाचा एक भागच आहे.

त्याने जाहीर केले की आठवड्याभराच्या आजारपणाच्या काळातील संपूर्ण वेतन त्या कामगाराला दिले गेले पाहिजे.''

राजा पुढे म्हणाला, ''आर्थिक धोरणे ठरविताना कामगारांच्या

भल्याचा विचार केलाच पाहिजे. यापुढे असा कायदा तयार करूया ज्यामुळे अश्या अडचणींच्या काळासाठी कामगारांना भरपगारी सुट्टी दिली जाईल.''

मुलाचा न्यायनिवाडा पाहून चाणक्य प्रभावित झाले. त्याने प्रचलित कायद्याचा अभ्यास केला होताच; परंतु कामगारांचे हीत लक्षात घेऊन नवा कायदा तयार केला होता. खऱ्या राजाचे सर्व गुण त्याच्यात होते. त्या गटातल्या मुलांपाशी जाऊन त्याने विचारले, ''राजाची भूमिका करणारा मुलगा कोण होता बरे?''

त्याचे नाव ''चंद्रगुप्त मौर्य!''

चाणक्य हसले. अखेरीस आदर्श गुरूला त्यांचा आदर्श चेला भेटला होता तर!

ज्ञानबिंदू

◆ गुरु आणि शिष्याला भेटण्याची योग्य वेळ तीच, जेव्हा दोघेही सिद्ध झालेले असतात. अशी भेट दोघांसाठीही क्रांतिकारक ठरू शकते.

◆ लोकांच्या वागणुकीनेच नव्हे तर वागणुकीतील त्यांच्या दृष्टीकोनानेही त्यांचे परीक्षण करता येते.

◆ कायद्याचे आदर करताना राजाला प्रजेच्या भलाईचाही विचार केला पाहिजे. आवश्यकता असेल तर त्यांच्या उत्कर्षासाठी नवे कायदे निर्माण केले पाहिजेत.

पाठ सात

भात युद्ध रणनीती

आचार्य नीती

एका प्रसिद्ध हिंदी चित्रपटातील संवाद आहे हा – ''लडाई ताकद से नही, दिमाग से जीती जाती है.'' म्हणजे युद्धे शक्तीने नव्हे तर युक्तीने जिंकली जातात.

प्रत्यक्ष युद्धापेक्षा ज्या पद्धतीने आपण युद्धाबाबत विचार करतो आणि नियोजन करतो ते अधिक महत्वाचे असते. सैन्यातील मंडळी म्हणतात – लढाया युद्धकाळात जिंकल्या जात नाहीत, तर शांतीच्या काळातील नियोजनाच्या आणि तयारीच्या जोरावर जिंकल्या जातात.

शिष्यांना रणनीती शिकविण्याची चाणक्यांची विशिष्ट पद्धती होती – कधी कधी व्याख्यानांतून; पण बऱ्याचदा खऱ्याखुऱ्या घटनांची उदाहरणे देऊन व जेवताना होणाऱ्या चर्चांमधून.

आचार्य कथा

तरुण चंद्रगुप्त आपल्या राज्याच्या संरक्षणासाठी व विस्तारासाठी सदैव उत्साही असे. एकदा आपल्या मंत्र्यांसोबत युद्धाचे नियोजन करताना त्याला चाणक्यांनी पहिले. उत्साहाने तो शत्रूवर आमनेसामने आक्रमणाची तयारी करीत होता.

तो म्हणाला, ''आपण समोरासमोर हल्ला करूया. त्या राज्याच्या आत

मध्यापर्यंत मुसंडी मारून पहिल्याच चालीत त्याला चारी मुंड्या चीत करूया. वेळ व कष्ट वाया न दवडता आपण सहजी हे युद्ध जिंकू.''

परंतु आपल्या शिष्याचे जवळून निरीक्षण करणाऱ्या चाणक्यांना या विचारात एक मोठीच उणीव आढळली – हे बोलणे फार सोपे होते, करणे खूप कठीण. चंद्रगुप्तात तरुण महत्वाकांक्षी राजाची सर्व लक्षणे होती – अभाव होता तो द्रष्टेपणाचा आणि सारासार विवेकाचा. एखाद्या राजावर धडक आक्रमण करून पहिल्याच चाळीत त्याला गारद करणे खरोखरीच व्यवहारी होते का? चाणक्यांनीच तर त्याला रणनीती शिकविली होती – शिखरावर हल्ला करा आणि युद्ध जिंका.

परंतु या रणनीतीच्या यशासाठी विस्तृत नियोजनाची गरज होती – विशेषतः जर समोरचा राजा सामर्थ्यवान असेल आणि त्याच्यापाशी बलवान व शस्त्रसज्ज सैन्य असेल तर.

चंद्रगुप्ताला यावर व्याख्यान देण्याऐवजी चाणक्यांनी त्याला हा मुद्दा सध्या उदाहरणातून समजावून द्यायचे ठरविले. त्यांनी चंद्रगुप्ताला भोजनासाठी आमंत्रित केले आणि आचाऱ्याला राजाच्या जेवणासाठी भात शिजवायला सांगितला.

त्या संध्याकाळी अन्न शिजवून झाल्यावर पाहुण्यांच्या ताटात गरमगरम भात वाढला गेला आणि प्रथेनुसार जेवण सुरु करण्याआधी प्रार्थना म्हणण्यात आली. चंद्रगुप्त पहिला घास घेणार, एव्हढ्यात चाणक्य त्याला थांबवीत म्हणाले, ''क्षणभर थांब..''

ताटाकडे बोट दाखवीत ते म्हणाले, समज की हे ताट म्हणजे तुझे युद्धक्षेत्र आहे आणि यातील भाताचे प्रत्येक शीत एक एक शत्रुसैनिक.

आपल्या गुरूला उत्तमपणे ओळखणाऱ्या चंद्रगुप्ताला समजून चुकले, की आता आपल्याला एक महत्वाचा धडा शिकायला मिळणार आहे.

चाणक्य पुढे म्हणाले, ''तुला काय वाटते, या सैन्याच्या नेत्याचा – अर्थात राजाचा तळ यात कोठे बरे असेल?''

तत्पर उत्तर आले, ''अर्थात केंद्रस्थानी.''

''का?''

''कारण नेता आणि सेनापती म्हणून त्याला सैनिकांनी संरक्षणासाठी वेढलेले असेल.''

''उत्तम! मग त्याचा पराभव करण्यासाठी तू कोणती पद्धती वापरशील?''

चंद्रगुप्त हुशार विद्यार्थी होता आणि त्याला शिकाविण्यात आलेल्या सर्व रणनीती त्याला तोंडपाठ होत्या. मात्र कोणती रणनीती कधी वापरायची हे त्याला अजून शिकायचे होते.

''आचार्य–तुम्ही आम्हाला शिकविल्याप्रमाणे नेत्याचा पराभव केला की युद्ध जिंकलेच. म्हणून मी सरळ राजावर हल्ला करून त्याचा पराभव करीन आणि मग सैन्य आपोआप शरण येऊन आम्ही कमीतकमी वेळात व कमीतकमी प्रयत्नांत युद्ध जिंकू.''

चंद्रगुप्ताला आपल्या रणनीतीचा अभिमान होता, परंतु चाणक्य त्याच्याकडे अविश्वासाने पाहत राहिले.

ताटाकडे निर्देश करीत ते म्हणाले, ''चल, आपण तुझ्या रणनीतीची परीक्षा घेऊ.''

चंद्रगुप्ताने ताबडतोब आपले बोट ताटाच्या मध्यभागी घुसविले. परंतु भात अत्यंत गरम होता. त्याचे बोट पोळले आणि वेदनेने विव्हळत त्याने चटकन ते मागे घेतले.

''ओह..खूपच गरम आहे!''

स्मित करीत चाणक्य म्हणाले, ''तर मग राजा चंद्रगुप्त, केंद्रस्थानी सुरक्षित राखलेल्या राजावर सरळसरळ हल्ला करणे इतके सोप्पे असेल का?''

चंद्रगुप्ताला कळून चुकले की सर्वच ठिकाणी सर्वच रणनीती उपयोगी

नसतात.

"आचार्य, मग अश्यावेळी आपण काय करावे?"

"असे करून पहा - कडेकडेने सैन्याला खिंडार पाडीत राहा. सीमांवर सैन्य तुलनेने दुर्बल व कमकुवत असते. कडेकोट सुरक्षा असलेल्या राजधानीवर हल्ला करण्यापेक्षा तेथे आक्रमण करणे श्रेयस्कर असते."

चंद्रगुप्ताने मान डोलावली. पुन्हा एकवार त्याने भाताच्या राशीत आपली बोटे खुपसली - परंतु यावेळी मध्यभागी बोटे घुसविण्याऐवजी त्याने कडेकडेने सुरुवात केली.

शिजविलेल्या भाताची शिते कडेला तुलनेने थंड होती आणि त्यामुळे त्याला आपल्या बोटांनी ती हलविणे सहज शक्य झाले. थंड भाताचे घास बाजूला करीत हळूहळू त्याला मध्यभागी पोहोचणे सोयीस्कर झाले. त्याचा आत्मविश्वास वाढला आणि गरम चहाच्या कपावर फुंकर मारून ज्याप्रमाणे तो हळूहळू थंड केला जातो, त्याचप्रमाणे त्याने गरम भातावर फुंकर मारून तो थंड करण्यास सुरुवात केली.

आपली बोटे न भाजता काही क्षणांतच त्याला सहजपणे ताटाच्या मध्यभागी पोहोचता आले.

"आचार्य, हा चमत्कार आहे. जरी हळू असली, तरी या पद्धतीने सहज आणि खात्रीशीर विजय प्राप्त होऊ शकेल."

"खरे आहे. मात्र पद्धतशीरपणे कोणत्या दिशेने आगेकूच करायची आहे याचे ज्ञान असणे खूप महत्वाचे आहे. दिशेच्या ज्ञानाशिवाय हालचाल करणे यशाची खात्री देऊ शकत नाही", गुरुंनी बजाविले.

आपण आता काय शिकलो यावर चंद्रगुप्त विचार करीत असताना चाणक्यांना एका गोष्टीचा खूप आनंद झाला होता - त्यांचा विद्यार्थी मनात येईल तशी धडक कृती करण्याऐवजी परिस्थितीचे सावधपणे विश्लेषण करायला शिकला होता.

ज्ञानबिंदू

- एका रणनीतीने अपयश आले तर धीर सोडू नये. कदाचित दुसरी पर्यायी रणनीती तुम्हाला तुमच्या उद्दिष्ट्याप्रत घेऊन जाईल.

- दर वेळी आपल्या सामर्थ्याचे प्रदर्शन करण्याची आवश्यकता नसते. आपण एका झटक्यात विजय मिळवू अश्या खात्रीने चंद्रगुप्ताने केंद्रस्थानी धडक मारली; परंतु त्याने स्वतःला इजा करून घेतली.

- आपल्यापेक्षा अनुभवी माणसांचा सल्ला जरूर ऐकावा. तुम्हाला न सापडलेली उत्तरे कदाचित त्यांना दिसत असतील. गुरु चाणक्यांनी चंद्रगुप्ताला हमखास यशाचा मार्ग दाखविला होता.

पाठ आठ

अन्विक्षिकी - विचार करण्याचे शास्त्र

आचार्य नीती

इतर प्राण्यांकडे नसलेली एक विशेष देणगी देवाने माणसाला दिली आहे – बुद्धिमत्ता.

विषयाच्या विविध पैलूंचा अभ्यास करण्याची क्षमता असल्याने माणसे निदान करू शकतात, विश्लेषण करू शकतात, सारासार विचार करू शकतात, नियोजन करू शकतात, भाकीत करू शकतात आणि अगदी आपल्याला हवे तसे भविष्य साकारू शकतात.

चाणक्यांनी आपल्या शिष्यांना विचारपूर्वक जीवन जगण्यास प्रोत्साहित केले. त्यांच्या अर्थशास्त्रामध्ये याला 'अन्विक्षिकी' – म्हणजे विचार करण्याचे शास्त्र असे म्हणतात. आणि हे केवळ पुस्तकी ज्ञान न राहता, या मौल्यवान शक्तीचा आपले विद्यार्थी व्यवहारात वापर करीत आहेत की नाहीत हे चाणक्यांनी वेळोवेळी तपासून पाहीले.

आचार्य कथा

चंद्रगुप्ताचे सैन्य अलेक्झांडरबरोबर दोन हात करायला आता सिद्ध झाले होते. पुरेसे सैनिक, शस्त्रसामुग्री, आयुधे आणि इतर संसाधनांनी ते सज्ज झाले होते.

तरीही चंद्रगुप्ताने युद्धाच्या सर्व पैलूंची व्यवस्थित चाचपणी केलेली आहे की नाही याची चाणक्यांना खात्री करून घ्यायची होती. कोणतीही गोष्ट गुरु म्हणून ते गृहीत धरीत नसत. त्यांच्या सर्वोत्तम विद्यार्थ्यांचीही ते परीक्षा घेत

आणि तपासणी करीत. चंद्रगुप्ताने केवळ अ, ब, क इतक्याच पर्यायी योजनांची तयारी न करता अगदी क्ष, य,ज्ञ इतक्या पर्यायांचाही विचार केलेला आहे, याची त्यांना खात्री करून घ्यायची होती.

युद्धाचा दिवस जवळ येऊ लागला तसे एके दिवशी चाणक्यांनी चंद्रगुप्ताला सांगितले, ''आज संध्याकाळी तू युद्धाची सारी तयारी आणि रणनीती माझ्यासमोर सादर कर.''

चंद्रगुप्ताला समजले की युद्ध जिंकणे ही त्याची सर्वात कठीण परीक्षा नसून चाणक्यांच्या युद्धक्षेत्राबाहेरील परीक्षेत उत्तीर्ण होणे ही कठीण परीक्षा आहे. आपली सिद्धता पूर्ण नसेल तर आपले आचार्य आपल्याला फाडून खातील याची त्याला जाणीव होती. चाणक्य आणि त्यांच्या मार्मिक प्रश्नांच्या भडीमाराला तोंड देणे सोपे जाणार नव्हते. त्यामुळे सर्व प्रश्नांची उत्तरे त्याला संध्याकाळपर्यंत तयार करायची होती. त्याला हे सुद्धा माहित होते की, जर तो या परीक्षेत उत्तीर्ण झाला तर तो जीवनातील कोणतीही परीक्षा उत्तीर्ण होऊ शकेल. चाणक्य कडक सुरात त्याला म्हणाले, ''ध्यानात ठेव, शत्रूला कधीही गृहीत धरू नकोस.''

सर्व तयारी झाल्यावर चंद्रगुप्त स्वतः हत्ती, घोडे आणि रथांचे निरीक्षण करण्यासाठी गेला. आपल्या विभाग प्रमुखांशी बालून त्याने अन्नसाठ्याचा, शस्त्रांचा आणि पर्यायी योजनांचा आढावा घेतला. आणि मग त्याने आपल्या खोलीत जाऊन एक वेगळीच गोष्ट केली.

चाणक्यांच्या गुरुकुलात शिकत असताना ज्या वहीत त्याने टिप्पण्या काढल्या होत्या, ती जुनी वही त्याने उघडली. आपल्या गुरुनी जे आपल्याला शिकविले तेच आचरणात आणण्याचा त्याला प्रयत्न करायचा होता.

चाणक्यांनी आपल्या विद्यार्थ्यांना पहिला पाठ अन्विक्षिकीचा शिकविला होता. चाणक्यांच्या मतानुसार हा सर्वात महत्वाचा धडा होता. आपल्या पहिल्या व्याख्यानात चाणक्य काय म्हणाले होते ते चंद्रगुप्ताला लख्ख आठवले.

'अन्विक्षिकी विचार करण्याचे शास्त्र आहे. हे सर्व शास्त्रांतील आद्यशास्त्र असून सर्व निर्णयांसाठी मार्गदर्शक आहे.'

एका विद्यार्थ्याने विचारले होते, अन्विक्षिकी इतके महत्वाचे शास्त्र का बरे आहे? चाणक्यांनी पुढे विषद करून सांगितले होते, अन्विक्षिकीचा अर्थ तत्वज्ञान असाही होतो. आपल्या प्रयत्नांना यश येण्यासाठी तत्वज्ञान आणि व्यवहाराची सांगड घालणे अत्यंत आवश्यक असते. तर्क आणि सारासार विचार यांचा वापर करून अध्यात्मिक दृष्ट्या चांगले काय आणि वाईट काय, व्यावहारिक नफा व तोटा काय, राजकारणातील चांगले आणि वाईट धोरण म्हणजे काय इत्यादींचा शोध घेणे म्हणजे अन्विक्षिकी. जेव्हा परिस्थिती गोंधळाची असते, तेव्हा अडचणीच्या अथवा भरभराटीच्या काळात बुद्धीला स्थिर ठेऊन योग्य तो निर्णय घेण्यासाठी, तसेच विचारांत, बोलण्यात आणि कृतीमध्ये तल्लखपणा येण्यासाठी अन्विक्षिकीची मदत होते.

विद्यार्थी दशेत चंद्रगुप्ताला अन्विक्षिकीचा अर्थ पुरेसा उमगला नव्हता. परंतु त्याला आता समजले होते की कोणतीही योजना तयार करताना अनेक पातळ्यांवर एकाच वेळी विचार करावा लागतो.

संध्याकाळी आचार्य विचारतील त्या प्रश्नांना उत्तर देण्यासाठी चंद्रगुप्त तयार झाला होता. त्याला पाहून चाणक्यांनी विचारले,"तू अन्विक्षिकीचा उपयोग केला असशील, अशी मी आशा करतो..."

"होय आचार्य, मी सर्व पातळ्यांवर विचार केला आहे." चंद्रगुप्ताचे उत्तर आत्मविश्वासपूर्ण परंतु नम्र असे होते. आचार्यांसमोर उद्धटपणा खपला नसता.

चाणक्य म्हणाले, "शस्त्रास्त्रे आणि साधनांनी तू संपूर्ण सिद्ध असशील याची मला खात्री आहे. परंतु रणांगणावर पाउल ठेवण्याआधी तू मानसिकदृष्ट्या आणि अध्यात्मिकदृष्ट्या तयार झाला पाहिजेस. लक्षात ठेव, अर्जुन असामान्य योद्धा होता. परंतु रणांगणावर पाय ठेवताच तो गर्भगळीत झाला. म्हणूनच शत्रूवर आक्रमण करण्याआधी राजाने

नैतिकदृष्ट्या आणि अध्यात्मिकदृष्ट्या तयार झाले पाहिजे.''

नंतर त्यांनी चंद्रगुप्ताला विचारले, ''जिच्यावर मात केली असता विजय निश्चित असतो अशी कोणती समस्या योद्ध्याला रणांगणावर भेडसावते, सांग बरे?''

''आचार्य, ती समस्या म्हणजे 'धर्मसंकट' - आपल्या मनातील भावनांमुळे निर्माण होणारी नैतिकता आणि सारासार विवेक यांची दोलायमान परिस्थिती,'' चंद्रगुप्त म्हणाला.

उत्तम...आणि आता शेवटचा प्रश्न...''कोणत्याही योद्ध्याची सर्वात मोठी लढाई कोणती?''

''धर्मयुद्ध! समाजातील नीतीमुल्यांचे रक्षण करण्याची लढाई. सत्ता अथवा संपत्ती यासाठी असे युद्ध खेळले जात नाही तर प्रजेच्या सर्वांकष भल्यासाठी खेळले जाते,'' राजाने उत्तर दिले.

चाणक्य संतुष्ट झाले. त्यांचा विद्यार्थी युद्धात सेनेचे नेतृत्व करण्यासाठी आता सिद्ध झाला होता.

ज्ञानबिंदू

- कोणत्याही परिस्थितीत उडी मारण्याआधी सर्व शक्यतांचा विचार करा. ढिसाळ नियोजन म्हणजे अपयशाची खात्री. विजयी होण्यासाठी नैतिकदृष्ट्या, अध्यात्मिकदृष्ट्या आणि भावनिकदृष्ट्या तयारी केली पाहिजे.
- भौतिक फायद्यासोबत नेत्याने युद्धाच्या अध्यात्मिक आणि तात्त्विक परिणामांचाही विचार केला पाहीजे.
- भावनांवर ताबा मिळवा. तुमच्या भावनांना मनावर राज्य करू देऊ नका.

पाठ नऊ

राजा की
राजा घडविणारा

आचार्य नीती

सत्ता म्हणजे काय ?

सत्ता म्हणजे इतरांवर नियंत्रण गाजविण्याची आणि प्रभावित करण्याची क्षमता.

आयुष्याच्या प्रत्येक वळणावर आपल्याला अनेक सामर्थ्यवान माणसे दिसतात – राजकारणी, उद्योगपती, सरकारी अधिकारी, कुटुंबप्रमुख, संस्थांचे अधिकारी इत्यादी.

आचार्य कथा

चाणक्यांना सत्तेची केवळ उत्तम जाण होती असे नाही तर त्यांनी सत्तेची निर्मितीही केली. इतरांच्या माहितीसाठी त्यांनी सत्तेच्या उपभोगाविषयी लेखन केले आणि व्याख्याने दिली.

शक्तिशाली राजांना त्यांनी मार्गदर्शन केले आणि सत्तेच्या विविध पैलूंविषयी प्रशिक्षण दिले. सत्तेसोबत येणाऱ्या उत्तरदायित्वाची त्यांना जाणीव करून दिली.

आणि ते केवळ शिक्षक होते.

चंद्रगुप्ताला मगध राज्याचा राजा आणि संयुक्त भारताचा सम्राट म्हणून प्रस्थापित केल्यावर चाणक्यांपाशी प्रचंड सत्ता आली होती.

एकदा एका सामान्य नागरिकाच्या वेशात ते बाजारातून चालले होते.

त्यांना त्या वेशात कोणीही ओळखले नाही.

त्यामुळे लोकांची खरी मते आजमावण्याची संधी त्यांना मिळाली. त्यांना लोकांच्या गप्पा ऐकायच्या होत्या आणि आपल्या राज्याला अधिक चांगले बनविण्यासाठी त्यांच्या सूचना व विचार समजून घ्यायचे होते.

एका भाजीवाल्याच्या दुकानाजावळून जात असताना त्यांना दुकानदार आपल्या एका ग्राहकाशी राजकारण या विषयावर बोलताना दिसला. त्याच्यासारखे दुकानदार आपल्या व्यवसायापलीकडील गप्पा मारून ग्राहकांशी संबंध जोडत असतात.

दुकानदार म्हणाला, ''धनानंद गेल्यापासून व्यवसाय अगदी उत्तम चालला आहे.''

ग्राहक उत्तरला, ''हो...खरे आहे ते. चंद्रगुप्त न्यायी राजा आहे. त्याच्या नि:पक्षपातीपणाचा आणि बुद्धिमत्तेचा मला आदर आहे.''

दुकानदार पुढे म्हणाला, ''खरेच. कर कमी झाले आहेत आणि सरकारची ढवळाढवळ सुद्धा कमी झाली आहे. आपल्या कामात इतके स्वातंत्र्य मिळणे किती छान आहे! उद्योग करण्यासाठी मला खूप उत्साह वाटत आहे.''

ग्राहकाच्या कानाशी लागत हसत हसत तो पुढे म्हणाला, ''ठाऊक आहे? माझा नफासुद्धा चांगलाच वाढला आहे.'' दोघेही मनमोकळेपणाने हसले.

दुकानदार पुढे म्हणाला, ''आता माझ्या नफ्याची व्यवसायात पुनर्गुंतवणूक करून मी त्याचा विस्तार करीत आहे. कायदेशीररित्या कमी कर भरायला लागण्यात किती सुख आहे.''

चाणक्यांनी पाहिले की तो ग्राहक सुशिक्षित व माहितगार माणूस वाटत होता. तो म्हणाला, ''पण तुला माहित आहे का; सरकारचे कर उत्पन्न सुद्धा वाढलेले आहे.. या वर्षी अर्ध्या काळात त्यांनी २००% कर

अधिक गोळा केले आहेत. ही खरी दोन्ही बाजूंच्या फायद्याची गोष्ट. व्यवसायात वाढ झाली की देशाचाही विकास होतो.''

''आपला राजा आणि त्याची धोरणे चिरायू होवोत. आपल्याला अशीच व्यक्ती सत्तेत हवी होती.''

ग्राहक सहमत झाला, ''हो, राजा चंद्रगुप्त चांगलाच आहे. परंतु आपल्या देशातील सर्वात शक्तिमान व्यक्ती वेगळीच आहे...''

धक्का बसलेल्या दुकानदाराने विचारले, ''राजाहूनही अधिक बलवान कोण बरे असू शकेल?''

''राजा घडविणारा..राजाचा गुरु - महान चाणक्य'', तो म्हणाला.

आपल्याला त्यांनी पाहू नये म्हणून चाणक्य हळूच भाजीच्या एका मोठ्या ढिगाच्या मागे लपले.

''एक गुरु राजापेक्षा मोठा कसा बरे बनू शकेल'', दुकानदाराचा विश्वास बसेना.

तो ज्ञानी ग्राहक म्हणाला, ''राजा घडविणारा राजाहून अधिक सामर्थ्यवान असतो. चाणक्य राजाचे गुरु आहेत आणि त्यांनीच चंद्रगुप्ताला राजसिंहासनावर विराजमान केले आहे.''

दुकानदाराच्या बुद्धीला खाद्य देऊन ग्राहक तेथून निघाला. दुकानदाराला सत्तेबद्दल फारशी माहिती नाही याचा चाणक्यांना अंदाज आला होता; परंतु त्याला गुरूंच्या बाबतीत काही समजावावे या हेतूने चाणक्य त्याच्यापाशी गेले. थोड्याश्या भाज्या घेऊन झाल्यावर त्यांनी दुकानदाराला त्याचा पत्ता विचारला आणि ते निघून गेले.

दुसऱ्या दिवशी राजवाड्यातून ताज्या भाज्यांची प्रचंड मोठी मागणी आलेली पाहून दुकानदाराला आश्चर्याचा धक्काच बसला. त्याला इतका आनंद झाला की तो स्वतःच भाज्या पोहोचवण्यासाठी निघाला. ते काम झाल्यावर त्याला सांगण्यात आले की कोणीतरी त्याची वाट पाहत आहे.

राजाच्या दरबारातून पुढे गेल्यावर बाजूच्या एका छोट्याश्या खोलीत

चाणक्यांना पाहून त्याला आश्चर्य वाटले. अजूनही राजवाडा आणि त्याची भव्यता यांच्या कुतूहलातून बाहेर न पडू शकलेल्या दुकानदाराला आपल्या दुकानात काल आलेल्या माणसाला तेथे पाहून अचंबा वाटला.

तुझ्याकडून काल खरेदी केलेली भाजी मला आवडली. ताजी भाजी आणि यथायोग्य किंमत. म्हणून मी कोठीच्या अधिकाऱ्यांना तुला व्यवसाय देण्याची आज्ञा दिली.

आज्ञा...? दुकानदाराला आश्चर्य वाटले..राजाच्या अधिकाऱ्यांना आज्ञा देणारा कोण हा सामान्य दिसणारा माणूस?

जणू त्याच्या मानतील विचार वाचीत चाणक्य म्हणाले, ''मी राजालाही आज्ञा देऊ शकतो.''

धक्क्यातून अजूनही न सावरलेल्या दुकानदाराने विचारले, ''आणि तो तुमच्या आज्ञेचे पालन करतो?''

''हो...कारण त्याला हे पक्के ठाऊक असते की आज्ञा देताना माझ्या मनात त्याच्या आणि प्रजेच्याच हिताचा विचार असतो.'' आयुष्यात प्रथमत: त्या दुकानदाराला खऱ्या सत्तेची ओळख पटली.

''पण तुम्ही आहात करी कोण?''

''मी चाणक्य...त्याचा गुरु!'', चाणक्य म्हणाले.

आश्चर्याचा धक्का बसून तो दुकानदार उभा राहिला. काही क्षणांनी त्याने चाणक्यांना विचारले, ''पण गुरु सामान्य व्यक्ती नसतो का?''

स्मित करीत चाणक्य म्हणाले, ''गुरु कधीच सामान्य नसतो कारण तो सामन्यांतून असामान्य माणसे घडवितो.''

ज्ञानबिंदू

◆ ओळखीच्या वातावरणात लोकांचे निरीक्षण करून व त्यांची मते ऐकून खूप काही शिकता येते.

◆ शिक्षकांमध्ये मुलांचे संपूर्ण परिवर्तन करण्याची क्षमता असते. आपल्या ज्ञानाची शक्ती विद्यार्थ्याला संक्रमित करून ते त्याला सामर्थ्यवान बनवू शकतात.

◆ केवळ पदामुळे सत्ता येत नाही. खरी सामर्थ्यवान व्यक्ती तिच असते, जी तुम्हाला सत्तेच्या पदावर बसवू शकते.

पाठ दहा

धनानंदांची शिक्षा

आचार्य नीती

सत्तेचा पट पालटतो तेव्हा राजाचा रंक होऊ शकतो. त्याचप्रमाणे नशिबाची साथ असेल तर नोकराचा मालक व्हायला वेळ लागत नाही.

सत्ताधारी माणूस चमत्कार घडवून आणू शकतो. सारे जग त्याच्या पायाशी असताना, तो आपली सत्ता चांगल्या कारणांसाठी वापरू शकतो अथवा वाईट. त्याच्या या निवडीप्रमाणे तो खरा कसा आहे ते समजते.

आचार्य कथा

सत्तेचा पट आता चाणक्य आणि चंद्रगुप्ताच्या बाजूने पालटला होता. चंद्रगुप्त सिंहासनावर बसल्यावर चाणक्यांना त्याने जारी केलेल्या आज्ञांमध्ये आपले म्हणणे मांडायची संधी मिळाली. त्यांनी चंद्रगुप्ताला धनानंदना दरबारात उपस्थित राहण्याचे फर्मान सोडायला सांगितले.

चाणक्यांना आधीच्या राजाबद्दल किती राग होता याची सर्वांना कल्पना होती. सर्वांना हेसुद्धा ठाऊक होते की एकदा आक्रमण करण्याचा निर्णय घेतल्यावर ते आपल्या शत्रूला माघारीची कोणतीही संधी न देता पुरते नामशेष करून टाकतात. आता धनानंदाला चाणक्यांच्या समोर हजर राहण्याचे फर्मान आल्यावर त्याचा मृत्यू अटळ होता, असेच सर्वांना वाटले.

धनानंदाला मगध प्रांताचा राजा म्हणून त्याच्या कर्तव्याची जाणीव करून देण्याचे अनेक निष्फळ प्रयत्न चाणक्यांनी केले. परंतु राजा धनानंदाने आपल्या मंत्र्यांच्या सल्ल्याकडे संपूर्णतः कानाडोळा केला आणि प्रजेप्रती आपल्या कर्तव्यात कसूर केली.

चाणक्यांचे वडील चणक, धनानंदाच्या दरबारात मंत्री होते. त्यांच्या स्पष्टवक्तेपणामुळे त्यांनी धनानंदावर खुलेआम टीका केली. त्याची परिणीती म्हणून त्यांना देहदंड देण्यात आला. तरुण चाणक्यांना आपल्या आदर्श पित्याला मुकण्याचे दुर्भाग्य सोसावे लागले. शिवाय स्वतःचे प्राण वाचविण्यासाठी मगधेतून परागंदा व्हावे लागले. तक्षशीला विश्वविद्यालयात शिक्षण घेऊन तसेच तेथे अध्यापन करून मगध राज्यात परत आल्यावर त्यांच्या लक्षात आले, की अजूनही त्या परिस्थितीत काडीचाही बदल झालेला नाही.

धनानंदाला शहाणपणाच्या चार गोष्टी सांगण्यासाठी चाणक्यांनी जग जंग पछाडले; परंतु पालथ्या घड्यावर पाणी. अलेक्झांडरच्या भारतावरील स्वारीनंतर चाणक्यांनी धनानंदाला त्याच्याविरुद्धच्या आघाडीला पाठींबा द्यायला सांगितले. परंतु धनानंदाने ती सूचना धिक्कारली आणि चाणक्यांचा उपहास केला.

परंतु आता सत्तेचे पारडे पालटले होते. सामान्य शिक्षकासमोर एकेकाळचा सर्वोच्च सत्ताधीश दयेची भीक मागत उभा होता.

फर्मान येताच धनानंदाची पाचांवर धारण बसली. तो फक्त सोप्या पद्धतीने मृत्युदंड मिळावा इतकीच अपेक्षा करू शकत होता. सैनिकांनी काढण्या लावून त्याला दरबारात आणले तेव्हा त्याच्या डोळ्यांत भीती दाटून आली होती आणि चाणक्यांचा चेहरा गंभीर होता.

पराभूत राजाला उपहासाने चाणक्य म्हणाले, "माझ्या प्रिय मगध सम्राटा...तुझी काही शेवटची इच्छा आहे काय?"

धनानंदाने याच दरबारात अनेकदा लोकांना मृत्युदंड देण्याआधी जे शब्द उच्चारले होते, त्याची नक्कल करीत चाणक्यांचा धीरगंभीर आवाज घुमला. नि:शब्दपणे उत्तर देणे हाच एकमेव पर्याय उपलब्ध होता.

सर्व डोळे चाणक्यांवर खिळले होते आणि श्वास रोखून सर्वपण त्यांच्याकडे पाहत होते. सेनापतींच्या डोळ्यांकडे पाहत चाणक्यांनी आज्ञा केली, "धनानंदाला ध्यानधारणा करीत उर्वरित आयुष्य निभावता यावे म्हणून वनवासात पाठविण्यात यावे. त्यांना बोटही लाऊ नये वा

कोणतीही इजा करू नये. ते प्रस्थानाची तयारी करताना त्यांना संपूर्ण सन्मानाने वागविण्यात यावे.''

ही आज्ञा ऐकताच अनेक भुवया चढल्या आणि चेहऱ्यांवर आश्चर्याचे भाव उमटले, ''काय? मृत्युदंड नाही?..''

त्यांनी न विचारलेल्या प्रश्नाचे चाणक्यांनी असे उत्तर दिले, ''काहीही झाले तरी धनानंद राजा होता. हे खरे आहे की अनेकांनी चांगला सल्ला देऊनही त्यांनी राजाच्या कर्तव्यांचे पालन केले नाही. आणि आता त्यांचा पराभव झाला आहे..परंतु काहीही झाले तरी....''

यापुढील त्यांचे शब्द अत्यंत प्रत्ययकारी होते..

''राजाला राजासारखेच वागविले पाहिजे......हाच राजधर्म आहे.''

चाणक्यांनी आपले प्राण वाचविले याचा धनानंदाला खूप आनंद झाला. आता त्याला, ज्यांच्यावर एकेकाळी त्याची सत्ता चालत असे, असे त्याचे मंत्री आणि सैनिक यांच्या नजरांपासून दूर जायचे होते.

त्याला दरबारातून परत नेले जात असताना एका वरिष्ठ मंत्र्याने शांतता मोडत प्रश्न विचारला, ''तो वनवासात ध्यानधारणा करीत अध्यात्मिक आयुष्य व्यतीत करेल असे खरेच तुम्हाला वाटते का?त्याच्यावर तुम्ही कसा विश्वास ठेवाल? कदाचित तो तुमच्यावर एखादे आक्रमण करण्याची तयारी करील!''

परंतु स्मित करीत चाणक्य उत्तरले, ''माझा त्याच्यावर पूर्ण विश्वास आहे असे तुम्हाला वाटते का?'' हे शब्द ऐकताच उपस्थितांत चुळबुळ झाली. ''मी त्याला कोणतीही हानी न पोहोचवता मोकळे केले असले, तरी माझे दोन गुप्तहेर सदैव त्याच्यावर नजर ठेऊन असतील, ज्याची त्याला कल्पनाही असणार नाही. त्याने चलाखी करण्याचा प्रयत्न केला तर मृत्यू त्याची प्रतीक्षा करीत असेल.''

आणि अखेरीस ते म्हणाले, ''संपूर्ण दुर्बल अश्या व्यक्तीवर तुमची सत्ता गाजविण्यात काय अर्थ आहे? तसे करणे हा खरोखरीच तुमच्यापाशी असलेल्या सत्तेचा अपमान आहे.''

ज्ञानबिंदू

◆ जरी कोणी तुम्हाला वैयक्तिकरित्या हानी पोहोचवली असेल, तरी त्याच्याविरुद्ध निर्णय देताना वस्तुनिष्ठ आणि अलिप्तपणे विचार करा. ज्ञानी माणसे असे करतात. धनानंदाने अनेक अत्याचार केलेले असले, तरी चाणक्यांनी त्याच्याबाबतीत वस्तुनिष्ठ दृष्टीकोन बाळगला.

◆ खरे सत्ताधीश सत्तेच्या उपयोगाचा (अथवा दुरुपयोगाचा) परिणाम जाणतात. धर्माचा (न्यायाचा) विचार करताना ते वैयक्तिक पूर्वग्रहांना बाजूला सारतात.

◆ सत्तेत असलेला गुरु गोष्टींकडे वेगळ्या दृष्टीकोनातून पाहू शकतो. आपल्या निर्णयाचा धनानंदावर व आजूबाजूच्या लोकांवर काय परिणाम होईल ते चाणक्यांनी व्यवस्थित जोखले होते.

पाठ एक

शिक्षणाचा अधिकार

आचार्य नीती

समाजाचा विकास त्याच्या शैक्षणिक प्रणालीवर तसेच भविष्यातील पिढीला घडविण्याच्या धोरणावर अवलंबून असतो. म्हणूनच स्वतःला आणि आपल्या मुलांना सुशिक्षित करण्यावर जे विश्वास ठेवतात अश्या व्यक्तींवर आणि कुटुंबांवरही तो अवलंबून असतो.

पृथ्वितलावरील सर्वांत महान अश्या गुरु चाणक्यांनी आपल्या काळातील शिक्षणपद्धतीतील अनेक संकेत मोडले. त्यांनी आपल्या विद्यार्थ्यांसाठी अनेक नेतृत्व विकासाचे शिक्षणक्रम आखले आणि समाजातील सर्व घटकांना शिक्षण प्राप्त होईल याची सुनिश्चिती केली.

याचे सर्वांत उत्तम उदाहरण म्हणजे चंद्रगुप्त मौर्य. जरी ते समाजातील मागास घटकातील असले, तरी उत्तम शिक्षणाने राजा होण्याची पात्रता त्यांनी प्राप्त केली होती.

आचार्य कथा

धनानंदाला वनवासात धाडल्यावर चाणक्यांनी पुढील व्यक्तीला पाचारण केले.

''चंद्रगुप्ताच्या काकांना समोर हजर करा,'' त्यांनी आज्ञा केली.

चंद्रगुप्त आपल्या कुटुंबियांपासून अनेक वर्षे दूर राहिले होते. आपल्या मामाला आपल्या गुरुनी पाचारण केले आहे हे पाहून त्यांना खूप आनंद

झाला. चंद्रगुप्ताच्या भावना ओळखून चाणक्यांनी आणखी एक आज्ञा दिली.

"चंद्रगुप्ताच्या आईलाही बोलाविण्यात यावे."

लवकरच आपल्याला आईला भेटता येईल, असे समजताच चंद्रगुप्ताचा आनंद गगनात मावेना. आपला मुलगा भारतवर्षाचा सम्राट झालेला पाहून त्यानाही खूप आनंद होईल याची त्याला खात्री होती.

आपल्या वृद्ध आईला मामासोबत दरबारात प्रवेश करताना पाहून चंद्रगुप्ताला आपल्या भावना आवरेनात. धावत जाऊन त्याने आपल्या आईचे पाय धरले.

अनेक वर्षे दूर असलेल्या आपल्या मलाला पाहून कोणत्या आईला आपला आनंद लपविता येईल? आई आणि मुलाने अश्रुभरल्या नयनांनी मिठी मारली. आपल्या मुलाचे राजबिंड्या तरुणात परिवर्तन झालेले पाहून आईला अत्यानंद झाला. आणि तो आता सम्राट झाला होता! अपवादात्मक अश्या फार थोड्या आयांच्या ललाटी असे भाग्य लिहिलेले असते.

"गुरुकुलात तुझी व्यवस्थित काळजी घेतली गेली होती ना? (गुरुकुलात विद्यार्थी गुरुंसोबत निवास करतात.)....तुला पुरेसे जेवणखाण मिळाले का?.....तुला काही त्रास तर झाला नाही ना.." असे लाखो विचार त्या माउलीच्या मनात येत होते...परंतु आजूबाजूचे राजेशाही वातावरण पाहून तिच्या तोंडून शब्द फुटेनात.

भावनांचा महापूर ओसरल्यावर चंद्रगुप्ताने आपल्या मामांना वाकून नमस्कार केला. चाणक्यांनी त्यांच्या आईशी संवाद साधायला सुरुवात केली.

"माते, मला तुझा अत्यंत हुशार मुलगा दिल्याबद्दल मी तुझा खूप आभारी आहे." अभिमानाने ते पुढे म्हणाले, "तुझ्या मुलाच्या योगदानाशिवाय मला माझी राष्ट्राविषयीची स्वप्ने साकार करणे कधीच

शक्य झाले नसते. तो बुद्धिमान मुलगा असून त्याने माझ्या साऱ्या अपेक्षा पूर्ण केल्या आहेत. तुम्ही माझ्यावर विश्वास टाकल्यानेच मला त्याला प्रशिक्षण देता आले आणि त्यामुळे तो आज या पदावर आहे.''

परंतु चंद्रगुप्ताच्या आईला गुरूंना धन्यवाद देण्यासाठी आणखीही कारणे होती. ''आचार्य, तुम्ही माझ्या मुलातील गुण हेरून त्याला योग्य ते शिक्षण दिल्यामुळेच तो या पदावर पोहोचू शकला आहे. खरा जोहरीच खाणीतील हिऱ्याला ओळखून, त्याला पैलू पडून प्रकाशात आणतो.''

या संभाषणाच्या दरम्यान चंद्रगुप्ताचे मामा जवळच्या आसनापाशी चालत गेले आणि तेथे विश्रांती घेऊ लागले.

''तुम्हाला बसण्याची आज्ञा दिली गेली नाही!,'' चाणक्य कडाडले.

सर्वांनाच प्रचंड धक्का बसला...त्यातून ते सावरायच्या आधीच चाणक्यांनी पुन्हा एकवार गर्जना केली, जेणेकरून त्यांना संदेश पोहोचेल.

''हो, तुम्ही बरोबरच ऐकलेत..तुम्हाला येथे बसण्याची परवानगी नाही.''

आणि त्यानंतर सर्वांना मोठा धक्का बसला. सैनिकांकडे पाहत त्यांनी आज्ञा दिली, ''या माणसाला तत्काळ सुळावर चढविण्यात यावे. याचा मृत्यू इतका भीषण असू द्या की देशातील प्रत्येक नागरिकाला त्याच्या वेदना समजू द्या.''

चाणक्यांचे माथे ठिकाणावर आहे का, असेच सर्वांना वाटले. काय मूर्खपणा म्हणावा हा? एका बाजूला, ज्यांनी त्यांचा अपमान केला होता त्या धनानंदाला त्यांनी माफ केले होते आणि दुसऱ्या बाजूला ते राजाच्या मामाला फाशीची शिक्षा फर्मावत होते.

''आचार्य ते माझे मामा आहेत! त्यांनी कोणता अपराध केला आहे? त्यांची काही चूक झाली असेल, तर त्यांना क्षमा करा. माझ्या आईचे सख्खे बंधू आहेत ते, चंद्रगुप्ताने कळकळीची विनंती केली.

"या माणसाला माफी? कदापि नाही!" चाणक्य निग्रहाने म्हणाले आणि त्यांच्या निर्णयात कोणीही हस्तक्षेप करू शकत नव्हते.

"आचार्य, त्यांना तुम्ही ही शिक्षा का देत आहात, ते तरी मला सांगा," चंद्रगुप्त म्हणाले.

राग थोडा शांत झाल्यावर चाणक्य म्हणाले, "त्याची चूक हीच की त्यांनी मुलाला शिक्षणाचा हक्क नाकारला. माझ्यासाठी त्याहून मोठे पातक नाही."

चाणक्य काय म्हणत होते ते फक्त एकाच व्यक्तीला समजले – चंद्रगुप्ताच्या आईला.

चाणक्यांना आठवले, "चंद्रगुप्त तू तेव्हा खूप लहान होतास...परंतु जेव्हा मी तुला राजाच्या प्रशिक्षणासाठी निवडले, तेव्हा तुझ्या आईने मला संपूर्ण पाठींबा दिला. मात्र तिला तुझ्या मामाची अनुमती हवी होती. आणि हा माणूस..."

वाक्य पूर्ण करण्याच्या आधी चाणक्यांच्या माथ्यावर पुन्हा एकदा रागाने आठी उमटली, "...त्याने बेधडक अनुमती नाकारली. तो म्हणाला, तुम्हाला माझा भाचा दूर न्यायचा असेल, तर माझे आर्थिक नुकसान होईल. तुम्हाला त्याच्यासोबत काय करायचे ते करा, पण मला चांगली रक्कम द्या मग त्याचा हवा तसा वापर करा."

चाणक्य कधी भावनांचे प्रदर्शन करीत नसत. परंतु ते चिडून म्हणाले, "मला माझी विश्वविद्यालयातील पुस्तके व इतर टिप्पण्या विकून तुला खरेदी करण्यासाठी पैसे उभे करावे लागले. शिक्षक म्हणून माझी संपूर्ण मालमत्ता माझे शिक्षण हीच होती. तुला ज्ञान देण्यासाठी मला माझे ज्ञान विकावे लागले."

आपल्या शिक्षेमुळे सर्व पालकांना योग्य तो संदेश जावा या हेतून ते म्हणाले, "सर्वांना हे पक्के समजू दे, की प्रत्येक मुलाला संपूर्ण आणि मोफत शिक्षण मिळाले पाहिजे. यामध्ये बाधा आणणाऱ्यांची बिलकुल

गय केली जाणार नाही.''

आणि चंद्रगुप्ताच्या डोळ्यांत थेट रोखून पाहत ते पुढे म्हणाले, ''...मग तो राजाचा सख्खा मामा असला, तरीही..!''

ज्ञानबिंदू

- शिक्षणाचा अधिकार सर्वात महत्वाचा अधिकार आहे. सर्वांना शिक्षणाची समान संधी प्राप्त झाली नाही तर समाजाला मोठा धोका संभवतो, याची चाणक्यांना जाणीव होती.
- शिक्षा केवळ त्या व्यक्तीपुरती नसते – कोणती गोष्ट सहन केली जाईल, आणि कोणती खपवून घेतली जाणार नाही याविषयीचा तो सर्वांना संदेश असतो.
- न्यायावर भावनांचे ओझे होता कामा नये. न्याय सुस्पष्ट आणि तर्कशुद्ध अश्या विचारांवर आधारित असला पाहिजे. अश्याप्रकारे एकदा निर्णय झाला की त्याची सत्वर व विना अट अंमलबजावणी केलीच पाहिजे.

पाठ दोन

प्रेम आणि युद्ध

आचार्य नीती

रक्तरंजित युद्धे; ती कशी खेळली गेली आणि त्यांत काय झाले याच्या सुरस कथांनी मानवी इतिहास संपन्न आहे.

असे म्हणतात की, एका युद्धाच्या अखेरीतच दुसऱ्या युद्धाची बीजे असतात आणि हे चक्र अविरत चालू राहते. परंतु उत्तम रणनीतीज्ञ असलेले चाणक्य अंतिम युद्धविराम घडवून आणण्यात निष्णात होते.

आचार्य कथा

युद्धाला कायमचा विराम देण्यासाठी सर्वात पहिला आणि सर्वात सोपा मार्ग म्हणजे 'सहभोजन'. अन्न ही माणसाची मुलभूत गरज आहे. वेगवेगळ्या संस्कृतीमध्ये जेवणाच्या सवयीही वेगवेगळ्या असतात. कोणालाही आपल्यासोबत जेवणास आमंत्रित करणे अथवा कोणी आपल्याला आमंत्रित करणे दोन्हीही फार मानाचे समजले जाते.

शत्रुत्वाचे मैत्रीत परिवर्तन करायचा सर्वात सोपा मार्ग म्हणजे एकत्र जेवताना मुद्यांची चर्चा करणे. जेवताना चर्चा होते तेव्हा वातावरण खेळीमेळीचे असते. अन्नाचा सुवास, अनेक पदार्थ, त्या वाढण्याच्या पद्धती यामुळे मनाच्या परिस्थितीत खूप फरक पडतो. अनेक महत्वाचे औद्योगिक वाटाघाटी, करार आणि तह करताना भोजन हा महत्वाचा मुद्दा असतो कारण

त्यामुळे मनोबल वाढते.

चाणक्यांची दुसरी रणनीती असे 'सह-विवाह'. याचा उपयोग त्यांनी चंद्रगुप्तासाठीही केला होता. अनेक इतिहासकार तर असेही म्हणतात की चंद्रगुप्ताचे राजेपद हे काहितरी मोठे उद्दिष्ट्य प्राप्त करण्याचे एक साधन होते.

अलेक्झांडरची पराभूत सेना परतीच्या वाटेवर होती. परंतु अलेक्झांडरचे काही सक्षम अधिकारी जिंकलेल्या भूभागावर देखरेख करण्यासाठी मागे राहिले होते. त्यांतील एक म्हणजे बलाढ्य सेल्युकस. राजाच्या निधनामुळे त्याच्या गोटातील मनोधैर्य जरी खच्ची झालेले असते, तरी सेल्युकस स्वतः बलवान नेता होता. भारत जिंकण्याचे अलेक्झांडरचे अर्धवट राहिलेले स्वप्न पूर्ण करण्यासाठी त्याच्यापाशी क्षमता होती आणि सैन्यही!

चाणक्यांना याची जाणीव होती. त्यांना ठाऊक होते की सेल्युकसला संधी मिळाली तर तो राष्ट्राचा विनाश करील. म्हणून त्यांनी एक योजना आखली होती आणि ती आता चंद्रगुप्ताला सांगण्याची घटिका समीप आली होती. चंद्रगुप्ताला आपल्या कक्षात बोलावून ते म्हणाले, ''मोठी उद्दिष्ट्ये प्राप्त करण्यासाठी काही रणनीतीपूर्ण निर्णय घेणे आवश्यक असते.''

आपल्या गुरूंना नक्की काय म्हणायचे आहे याचा चंद्रगुप्ताला बोध होईना. चाणक्य पुढे म्हणाले, ''आणि कधीकधी योजना बनविताना आपल्याला त्या योजनेचा हिस्साही बनावे लागते.''

''होय आचार्य,'' चाणक्यांना काय म्हणायचे आहे ते न समजून चंद्रगुप्त म्हणाला, ''परंतु मी काय करावे असे तुम्हाला वाटते आहे, ते मला समजत नाही.''

विचलित न होता चाणक्य पुढे म्हणाले, ''तू विवाह करावास असे मला वाटते.''

साधारणतः विवाह हा आनंदाचा सोहोळा असतो. परंतु तसा चाणक्यांचा आदेश असल्यामुळे चंद्रगुप्त हडबडून गेला.

"मी तुझ्यासाठी योग्य स्थळ शोधले आहे. तू सेल्युकसच्या मुलीशी विवाह कारावास असे मला वाटते."

"शत्रूची कन्या! तुम्ही हे काय सुचविता आहात आचार्य?", चंद्रगुप्ताला धक्काच बसला. परंतु आपण एका सर्वोत्तम रणनीतीज्ञ व्यक्तीसमोर बसलो आहोत हेतो विसरून गेला होता.

"तिचे नाव हेलेन आहे. आणि तुला तिच्याशी लग्नसंबंध जोडायचा आहे."

"आचार्य, हे खूप विचित्र आहे. मी तिच्याशी का बरे लग्न करू? तिला सहज आपण गुलाम बनवू शकतो", चंद्रगुप्ताला वाटले की आपल्या मुद्याने आपण गुरूंना प्रभावित केले आहे.

स्मित करीत चाणक्य म्हणाले, "याचमुळे मला असे वाटते की तुला अजून खूप काही शिकायचे आहे."

गुरूंच्या पुढील वाक्याची वाट पाहत चंद्रगुप्ताने मान तुकविली.

"ती राजकन्या आहे..आणि लवकरच ती राणीही होईल. तिला गुलाम बनवून तिच्या क्षमतांचा तू उपयोग करू शकणार नाहीस. आणि अधिक महत्त्वाचे म्हणजे, आपल्या शत्रूलाही आपण आदर दाखविला पाहिजे. लक्षात ठेव, शत्रूला कमी लेखण्याची चूक कधीही करू नकोस."

चंद्रगुप्ताला ओरडावेसे वाटत होते, "मलाही हेच म्हणायचे आहे आचार्य! माझा शत्रू मला माझ्या शयनगृहातही सहज मारू शकेल. आणि त्यांना आपल्या राज्यात येण्याचे आमंत्रण देऊन आपण आपली सगळी गुपिते त्यांच्यासमोर उघडी करू...याचा बरोबर उलट परिणामही होऊ शकतो!"

परंतु सदैव बरोबर ठरलेल्या आपल्या गुरूंच्या समोर तोंड उघडण्याचे

धाडस त्याला झाले नाही.

‘‘होय आचार्य, मी तयार आहे.’’

चाणक्यांच्या लक्षात आले की चंद्रगुप्ताला हा निर्णय बिलकूल पटलेला नाही. त्याला आणखीन थोडे पटवून देण्याची गरज होती.

‘‘ही राष्ट्राची गरज आहे. राजा कोणाशी विवाह करतो याचा परिणाम आपल्या प्रत्येकावर आणि त्यांच्या पुढील पिढ्यांवर घडतो. दोन्ही देशांवर याचा परिणाम होणार आहे – आपल्या आणि अलेक्झांडरच्या.’’

चंद्रगुप्ताला या लग्नसंबंधाबद्दल खात्री नसली तरी हेलेन पाहिल्यावर तो मंत्रमुग्ध झाला. चाणक्यांनी त्याच्या डोळ्यांतील चमक पाहिली आणि ते म्हणाले, ‘‘ती सुंदर आहे आणि बुद्धिमानही.’’

या रणनीतीपूर्ण लग्नाचा सेल्युकस आणि हेलेनसहित सर्वांनीच आनंदाने स्वीकार केला. त्यांनाही ठाऊक होते की स्त्रियांना भारतीय संस्कृतीमध्ये योग्य असा आदर दिला जातो आणि हेलेनला भीती बाळगण्याचे कोणतेही कारण नव्हते. हे लग्न सर्वात यशस्वी राजनैतिक नाते ठरले. त्यामुळे भावी पिढ्यांचाही खूप फायदा झाला आणि त्यानंतर ग्रीक व भारतीय लोकांमध्ये सौहार्द्राचे वातावरण निर्माण झाले. त्यानंतरचा काळ भारतीय इतिहासातील सोनेरी पान ठरला आणि त्याच्या निर्मितीत चाणक्यांचा मोठा वाटा होता. खरेच, सर्वांचीच कथा सुफळ संपन्न झाली.

ज्ञानबिंदू

- लग्न हा व्यक्तींसाठी आणि त्यांच्या कुटुंबांसाठी महत्वाचा निर्णय असतो. लग्न हणजे केवळ दोन जीवांचे एकत्र येणे नसून दोन संस्कृतींचा मिलाप आहे.
- स्त्रियांचा व त्यांच्या बुद्धिमत्तेचा आदर करा. भविष्यात तुम्हाला त्याचा खूप फायदा होईल.
- सर्वात मोठी जोखीम म्हणजे सदैव धोका टाळण्याची खेळी खेळणे. हेलेनचे आपल्या कुटुंबात कायमचे स्वागत करण्यासाठी चाणक्यांना चंद्रगुप्ताचे सुख पणाला लावावे लागले. परंतु हा जुगार प्रचंड यशस्वी झाला.

पाठ तीन

बौद्धिक खेळ

आचार्य नीती

आपण आजूबाजूला जी प्रत्येक गोष्ट पाहतो ती बुद्धीची सृजनशीलता असते. या जगात अस्तित्वात आलेली प्रत्येक वस्तू दोनदा निर्माण करण्यात आली – प्रथम निर्मिकाच्या डोक्यात आणि नंतर तिच्या भौतिक आकारात. ही 'द्वीज–निर्मिती' माणसांचे सामर्थ्य आहे. त्यामुळे आपल्याला अधिकाधिक सृजनशील राहण्यास आणि नवनिर्मिती करण्यास प्रोत्साहन मिळते.

परंतु सृजनाचा केवळ संबंध मनाच्या स्वातंत्र्याशी नाही. कधीकधी कडक नियमांच्या काटेकोर जंजाळातही माणसाची सर्वोत्तम निर्मिती साकार होते. सृजनशीलता आणि मर्यादा यांच्यातील नाजूक संतुलन ध्यानात आले, की माणूस अमर्याद यश प्राप्त करू शकतो.

या सर्वांचा विचार करून चाणक्यांनी राजाला नियम घालून दिले; मात्र त्यातही त्याला रणनीतीपूर्ण सृजनशीलतेसाठी अवकाश सोडला.

आचार्य कथा

गुरुकुलातील आपल्या विद्यार्थ्यांना चाणक्य नेहमी सांगत, मोकळे असाल तेव्हा खेळ खेळा.

परंतु आता तर शाळा संपली होती. सम्राट चंद्रगुप्त एका मोठ्ठ्या देशाचे राजे होते. त्यांना खेळांचा विचारदेखील करायला फुरसत नव्हती.

नव्या सम्राटाला चाणक्य नेहमी सांगत, जेव्हा तुम्ही खेळता, तेव्हा तुम्ही शारीरिक आणि मानसिक दृष्ट्या बळकट होता. तंदुरुस्तीसाठी रोज मैदानी खेळ खेळलेच पाहिजेत. परंतु बौद्धिक खेळांकडे अजिबात दुर्लक्ष करू नका.

''कोणत्या प्रकारचे बौद्धिक खेळ खेळावेत बरे?'', चंद्रगुप्ताने विचारले.

चटकन हसत चाणक्य म्हणाले, ''मी तुझ्यासाठी एक खेळ तयार केला आहे. त्याला 'चतुरंग' असे नाव दिले आहे. तो युद्धाचा खेळ आहे. त्यामध्ये दोन तुल्यबळ खेळाडू असतात आणि त्यांच्याकडे समान साधनसामुग्री असते.''

चाणक्यांनी मंत्र्याला खेळाचे प्रारूप आणण्यास सांगितले. खेळाच्या नियमाप्रमाणे पटावर सोंगट्या मांडण्यात आल्यावर ते पुढे म्हणाले, ''सैन्यात चार मोठे विभाग असतात-रथावर स्वार असलेले सैन्य, घोडेस्वार, हत्तीवरील सैन्य आणि पायदळ. म्हणून त्याला चतुरंग म्हणतात - सैन्याचे चार विभाग.'' सैन्याच्या दृष्टीने महत्वाच्या सर्व गोष्टी त्यात मांडलेल्या होत्या.

''दोन्ही बाजूला रथांची, घोड्यांची, हत्तींची आणि सैनिकांची संख्या समान असते - कोणत्याही बाजूला पक्षपात केलेला नसतो.''

चंद्रगुप्ताला हे सर्वस्वी नवीन होते. ''आचार्य, दोन्ही बाजूचे सैन्य समसमान असेल, तर कोण बरे युद्धात विजयी होईल?''

''ते काही बाबींवर अवलंबून आहे''चाणक्य गंभीरपणे म्हणाले.

''कशावर अवलंबून आहे ते?''

''सारख्याच साधनांच्या जोरावर कोणते सैन्य सर्वोत्तम रणनीती वापरते त्यावर!''

काही क्षणांच्या शांततेनंतर युद्धशास्त्रात प्रवीण असलेले चाणक्य म्हणाले, ''आपल्या जीवनाचे उदाहरण घेऊ. देवाने आपण सर्वांना सारखीच साधने दिलेली आहेत. मानवी शरीर देऊन त्याने आपल्याला समान संधी आणि काही मुलभूत बुद्धिमत्ता दिलेली आहे. परंतु काहीजण इतरांपेक्षा अधिक यशस्वी का होतात, याचे आपल्याला आश्चर्य वाटते. आपण देवाने दिलेल्या देणगीचा कसा उपयोग करतो यामध्ये त्याचे उत्तर दडलले आहे. आपण ती कशी वापरतो, वापरत नाही किंवा अथवा गैरवापर करतो यावर सारे अवलंबून असते.''

आपल्या विद्यार्थ्याला अधिक मार्गदर्शन करण्याच्या उद्देशाने ते तत्वज्ञ पुढे म्हणाले, ''आपल्याजवळ जे आहे, ती देवाची आपल्याला देणगी असते. आणि आपण तिचा जो वापर करतो, ती आपण देवाला दिलेली देणगी असते.'' खेळाकडे बोट दाखवीत ते पुढे म्हणाले, ''ध्यानात ठेव, युद्धाचेही तत्वज्ञान असते. खेळाचा नियम असा आहे - एक व्यक्ती एकावेळी एकच चाल खेळू शकतो.''

चंद्रगुप्ताने विचारले, ''मी एकाच वेळी अनेक चाली खेळलो तर काय होईल?

''ते अजिबात खपवून घेतले जाणार नाही,' ठाम उत्तर आले.

''खेळ लवकर संपवून युद्ध जिंकायचे हे उद्दिष्ट्य नाहीच मुळी. उलट प्रतिस्पर्ध्याच्या दृष्टीकोनातून प्रत्येक चालीचे निरीक्षण करणे हे खरे उद्दिष्ट्य आहे. प्रतिस्पर्ध्याची प्रत्येक चाल ओळखून पुढील चाल खेळली पाहिजे. तुला खूप विचार केला पाहिजे.''

चंद्रगुप्ताच्या डोक्यात हळूहळू प्रकाश पडू लागला तसे तो उद्गारला, ''म्हणजे शक्य शक्यतांच्या अनंत जोडींचा विचार करायला लावणारा खेळ आहे हा!''

चाणक्यांच्या चेहऱ्यावर आनंद फाकला. या खेळाच्या निर्मितीमध्ये

त्यांनी जी मेहनत ओतली होती, तिला फळ धरू लागले होते, ''हो, हा खेळ केवळ विचारांचा खेळ आहे...विचार, विचार आणि फक्त विचार.''

पुढे त्यांनी खेळाचे इतर नियम आणि चाली सांगायला सुरुवात केली. तसेच कोण जिंकले व कोण हरले हे कसे ठरवावे याविषयीही सांगितले. त्यांनी अधिकाधिक वर्णन करायला सुरुवात केल्यावर चंद्रगुप्ताची चुळबुळ सुरू झाली. अखेरीस त्याने विचारले, ''एखाद्याला विजेता म्हणून घोषित करण्यासाठी शेवटची पायरी कोणती? प्रतिस्पर्धी राजा मारला गेल्यावर का?''

चाणक्य मनापासून हसले, ''खेळाची खरी गंमत त्यातच आहे. तुम्ही शत्रू राजाला सोडून इतर सर्वांना मारू शकता. त्याला कधीही मारता कामा नये. अर्थात त्याचा पराभव करता येईल, परंतु त्याला मारता येणार नाही.''

''का बरे?'', चंद्रगुप्ताने कुतूहलाने विचारले. आपल्या विद्यार्थ्याला हा खेळ समजण्यासाठी त्याने तो खेळलाच पाहिजे, हे चाणक्यांना समजले. सरळ उत्तर देण्याच्या ऐवजी चाणक्य म्हणाले, ''नियम, माझ्या प्रिय राजा, नियम...''

युद्धाचा खेळ स्वतःहून समजून घेण्यासाठी चाणक्यांनी चंद्रगुप्ताला एकटे सोडले. परंतु निघण्याआधी त्यांनी सूचना दिली, ''परंतु लक्षात ठेव..हा केवळ खेळ आहे. जेव्हा खरे युद्ध होईल तेव्हा खेळायचे सोडून आक्रमण केले पाहिजे.''

चंद्रगुप्ताने त्यांच्याकडे आश्चर्याने पाहिले. स्मित करीत चाणक्य म्हणाले, ''हा बौद्धिक खेळ आहे. प्रत्यक्ष युद्धाच्या वेळी जी सृजनशीलता वापरायची, तिला खतपाणी घालण्यासाठी याचा उपयोग करायचा आहे.''

रथ, घोडे, हत्ती आणि सैनिक अश्या सैन्याच्या चार विभागांचा हा खेळ पुढे शतरंज आणि CHESS म्हणून ओळखला जाऊ लागला.

जगातील सर्वात पहिल्या युद्धाच्या खेळाचा शोध इथे भारतात लागला. रणनीतीपूर्ण आणि सृजनशील विचारसरणीची ही आपल्या संस्कृतीने जगाला दिलेली देणगी आहे. म्हणूनच आपण चाणक्यांना सर्व रणनीतींचे जनक असे म्हणतो.

ज्ञानबिंदू

◆ प्रत्येक गोष्टीची निर्मिती दोनदा होते-प्रथम आराखडा म्हणून कल्पनेच्या विश्वात आणि दुसऱ्यांदा प्रत्यक्ष वस्तू म्हणून या भौतिक जगात.

◆ खेळ तुम्हाला अनेक गोष्टी शिकवितात-सृजनशीलतेपासून ते रणनीतीपर्यंत, कल्पनेपासून ते अंमलबजावणीपर्यंत. शारीरिक आणि मानसिक दृष्ट्या समर्थ होण्यासाठी खेळ खेळा.

◆ दोन्ही प्रतिस्पर्ध्यांकडे समान आरंभबिंदू असू शकतो-सारखी संसाधने, लोक, शस्त्रे आणि आयुधेही. परंतु ज्याच्यापाशी सृजनशील रणनीती, तोच जेता ठरतो.

पाठ चार

दोन दीपक

आचार्य नीती

सत्ता आणि भ्रष्टाचार यांचा खूप निकटचा संबंध आहे. याच्या खूप तऱ्हा असल्या तरी आर्थिक भ्रष्टाचार त्याचे प्रसिद्ध रूप आहे. भ्रष्टाचाराच्या इतर अवतारांमध्ये कुटुंबियांच्या फायद्यासाठी सत्तेचा दुरुपयोग अथवा इतर सत्ताधारी व्यक्तींसोबत एकमेकांवर उपकार करणे यांचा समावेश होतो.

नैतिक भ्रष्टाचाराचे काय? ज्या माणसापाशी प्रामाणिकपणा आणि चारीत्र्याचा लवलेश नाही अशी नैतिक अध:पतन झालेली व्यक्ती सत्तेत असेल, तर समाजाला मोठा धोका संभवतो. याउलट उच्च दर्जाची नीतिमत्ता बाळगणारी व्यक्ती आपल्या आजूबाजूंच्या समाजात चमत्कार घडवून आणू शकते. केवळ अध्यात्मिक अधिष्ठान असलेली व्यक्तीच संपूर्णतः भ्रष्टाचारमुक्त असू शकते कारण ती अलिप्त असते आणि तिला कोणताही वैयक्तिक स्वार्थ साधायचा नसतो.

चाणक्य अश्या व्यक्तींपैकी होते. सत्तेत असूनही त्यांना सत्तेने भ्रष्ट केले नव्हते. म्हणूनच ते रणनीती आखू शकत आणि अधिक शक्तिशाली मंडळीना आपल्या तालावर नाचवू शकत. पण याउलट चालले नसते.

आचार्य कथा

एकदा एका श्रीमंत व्यापाऱ्याला चाणक्यांबद्दल समजले. त्यांनी प्रसृत केलेल्या नव्या कर धोरणाने ते प्रभावित झाले होते. उद्योगपती, व्यावसायिक आणि व्यापारी समाजाने आनंदाने स्वीकारलेल्या कर प्रणालीविषयी

वैयक्तिकरित्या भेटून त्यांना धन्यवाद द्यायचे होते.

त्यांना समजले की सध्या चाणक्य एका सरकारी प्रकल्पामध्ये खूप व्यस्त आहेत. ते आंतरराष्ट्रीय संबंधांवर एक धोरण तयार करीत होते. तयार होत असलेला हा 'मंडल' प्रस्ताव देशाची सारी समीकरणे बदलून टाकणार होता.

व्यापाऱ्याला चाणक्यांची भेट मिळविण्यात यश आले. सकाळी चाणक्य खूप व्यस्त असल्याने आणि दिवसभरात त्यांच्या बाकीच्या जबाबदाऱ्या बराच वेळ खात असल्याने त्यांनी त्याला संध्याकाळी आपल्या निवासस्थानी बोलावले.

चाणक्यांच्या झोपडीचा साधेपणा पाहून व्यापाऱ्याला आश्चर्य वाटले आणि तो विचार करू लागला...हा माणूस भारताला जगातील सर्वाधिक श्रीमंत देश बनवायला निघाला आहे आणि त्याची जीवनशैली पहा - किती साधी आणि नम्र आहे...

त्याला स्वतःशीच हसू आले. जर मी परत जाऊन माझ्या व्यापारी मित्रांना सांगितले की श्रीमंत राजाला घडविणारी व्यक्ती इतक्या साधेपणाने राहते, तर त्यांचा विश्वासच बसणार नाही माझ्यावर.

घरात अंधार होता. तो व्यापारी कसाबसा चाणक्यांच्या खोलीच्या कोपऱ्यात पोहोचला; जेथे ते काही महत्वाच्या कागदपत्रांचे परीक्षण करीत होते. चाणक्यांनी आदराने त्यांचे स्वागत केले, "महोदय, कृपया स्थानापन्न व्हा...मला हे काम हातावेगळे करुद्या, मग मी तुम्हाला माझा संपूर्ण वेळ देऊ शकेन."

त्या महान माणसाच्या आवाजातील मार्दव जाणवून व्यापाऱ्यावर खूप प्रभाव पडला. त्यांच्या आवाजात स्वागत, उबदारपणा, नम्रता आणि कार्याची कळकळ होती. अश्या विभूतीच्या सान्निध्यात असल्याचा त्याला खूप आनंद झाला. चाणक्यांना काम करताना पाहणे निखळ आनंदाचे होते. व्यापाऱ्याला अगदी ध्यानमग्न स्थितीचा अनुभव आला.

चाणक्यांच्या आवाजाने त्याची तंद्री भंगली. ''झाले माझे काम. खजिनदाराने सादर केलेल्या हिशोबातील त्रुटींसाठी जबाबदार असलेल्या व्यक्तीचे नाव मला समजले आहे. उद्या मी दरबारात त्याची चांगलीच हजेरी घेणार आहे; हिशोबाच्या वह्या बाजूला सारत चाणक्य म्हणाले. आपण सुरू करण्याआधी केवळ एकच क्षण...'',चाणक्यांनी विनंती केली.

ते तेलाच्या दिव्याच्या प्रकाशात काम करीत होते. त्यांनी त्याची वात विझविली, दुसरा दिवा अणाला, पेटविला आणि आधीच्या दिव्याच्या जागी ठेवला. दोन्ही दिव्यांचा आकार आणि प्रकाश सारख्याच प्रकारचा होता. व्यापाऱ्याला मोठे आश्चर्य वाटले.

चाणक्यांनी सुरुवात केली, ''मला व्यापारी, व्यावसायिक आणि उद्योगपती माणसे फारशी रुचत नाहीत. त्यातील बरेच भ्रष्ट असतात आणि ते भ्रष्ट सरकारी अधिकाऱ्यांना साथ देतात.''

व्यापाऱ्याला यामुळे थोडासा धक्काच बसला आणि चाणक्यांना नक्की पुढे काय म्हणायचे आहे याचा तो विचार करू लागला. मोठ्याने हसत चाणक्य म्हणाले, ''चिंता करू नकोस....तू त्या गटातला नाहीस.''

त्यांनी मेजावर ठेवलेला एक कागद उचलला. ''अनेक व्यापारी त्यांच्या फायद्यासाठी मला भेटण्याचा प्रयत्न करतात. परंतु मी त्यांची डाळ शिजू देत नाही. ही यादी पाहिलीस? यात भ्रष्ट आणि स्वच्छ अश्या दोन्ही प्रकारच्या व्यावसायिकांची नावे आहेत. तुझे नाव दुसऱ्या यादीमध्ये आहे. दरवर्षी सर्वाधिक कर भरणाऱ्या व्यक्तींच्या यादीत तुझे नाव सर्वात वरती असते.''

आयुष्यात पहिल्यांदाच त्या व्यापाऱ्याला असे वाटले, की सचोटीने वागण्याचा खूप फायदा होतो. हेलावून जाऊन तो म्हणाला, ''महोदय, मी आपला आभारी आहे.'' काही क्षण शांततेत गेल्यावर तो पुन्हा म्हणाला, ''आचार्य, मी दोन विनंत्या करण्यासाठी आपल्या दारी आलो

आहे. एक म्हणजे, सुदृढ, नियमाधीन आणि नफ्याचा व्यवसाय करण्यासाठी मला आपला सल्ला हवा आहे. दुसरे म्हणजे मला आपल्याला माझ्या कन्येच्या विवाहाचे निमंत्रण करायचे आहे.''

''दोन्ही विनंत्या मान्य!'', चाणक्यांनी सत्वर उत्तर दिले. त्या दोहोंमध्ये परस्पर सामंजस्य निर्माण झाले होते. चाणक्यांचा विश्वास होता की चांगल्या, हुशार व्यक्तींनी उत्तम अर्थशास्त्रीय धोरणे आखण्यासाठी विचारविनिमय केला पाहिजे. आणि त्यांनी चर्चा केली.

एकमेकांचा निरोप घेताना व्यापाऱ्याने न राहवून शेवटचा प्रश्न विचारला, ''आचार्य, तुम्ही माझ्याशी बोलण्याआधी दिव्यांची अदलाबदल का केलीत?''

''पहिल्या दिव्यातील तेलाचा खर्च सरकारी तिजोरीतून केला जातो कारण त्याचा वापर शासकीय कामांसाठी करणे अपेक्षित असते. आणि या दिव्यातील तेल मी माझ्या खाजगी पैशांतून करतो कारण तो मी वैयक्तिक कामांसाठी वापरतो., चाणक्य म्हणाले. मी दोघांमध्ये गल्लत करत नाही.''

व्यापाऱ्याच्या मनात पुन्हा पुन्हा विचार येत होता...आदरणीय माणसाचे यापेक्षा चांगले दुसरे उदाहरण आहे का?

ज्ञानबिंदू

- भष्टाचाराच्री अनेक रूपे असतात. नीतीमधील भ्रष्टाचार सर्वात वाईट, कारण इतर सर्व प्रकारच्या भ्रष्टाचाराचे ते मूळ असते.
- केवळ अध्यात्मिक अधिष्ठान असलेली व्यक्तीच संपूर्णतः भ्रष्टाचारमुक्त असू शकते कारण ती अलिप्त असते आणि तिला कोणताही वैयक्तिक स्वार्थ साधायचा नसतो.
- दोन विश्वासार्ह व्यक्तींनी एकत्र काम केले तर ते चमत्कार घडवू शकतात. लबाडीने व खोटेपणाने वागणाऱ्या लोकांना ते चांगलाच शह देऊ शकतात.

पाठ पाच

जीवनाचे उद्दिष्ट्य

आचार्य नीती

कुटुंब हा माणसाचा सर्वात मोठा आधार असतो. त्याचे अस्तित्वच मुळी कुटुंबावर अवलंबून असते. एक व्यक्ती म्हणून त्याची पहिली ओळख कुटुंबासोबत होते – त्याचे पालक, भावंडे, आजीआजोबा, काकाकाकी आणि चुलत-मावस भावंडे. जसजसे वय वाढते तशी ओळखही विस्तारत जाते. त्याला कुटुंबाचे आडनावही मिळते.

पुढे लग्न झाल्यावर व्यक्तीचे स्वतःचे कुटुंब तयार होते – पती अथवा पत्नी, मुले, नातवंडे...आणि अश्याप्रकारे त्याचेही कुटुंब विस्तारत जाते. थोडक्यात, त्याचे अस्तित्व कुटुंबाशी निगडीत असते.

आपण कोणत्या कुटुंबात जन्म घ्यावा हे काही आपल्या हातात नसते. परंतु लग्न करून आपल्या कुटुंबाची निर्मिती करावी अथवा नाही याचा पर्याय मात्र प्रत्येक व्यक्तीच्या हाती असतो.

आचार्य कथा

चाणक्यांचे स्वतःचे कुटुंब नव्हते. परंतु कोणीही त्यांना त्यांच्या वैयक्तिक आयुष्याबद्दल आणि लग्नाबद्दल प्रश्न विचारू धजत नसे.

चाणक्यांचा एक बालमित्र शेजारील राजाच्या दरबारात मंत्री होता. एके दिवशी त्याने चाणक्यांना असा संदेश पाठवला:

विष्णू, आपल्या लहानपणापासून गुरुकुलातील आम्ही सर्वजण तुझे कौतुक करीत आहोत. विशेषतः आता तू भावी पिढी घडविण्याचे राष्ट्रीय

कार्य करीत असल्यापासून तर आमचा आदर दुणावला आहे. तुला माहीतच आहे की मी छोट्याश्या राज्यातील मंत्री आहे. आमच्या राज्यात होणाऱ्या येत्या वार्षिक तत्वज्ञान आणि राजनैतिक परिषदेला तू उपस्थित रहावेस अशी आमची सादर विनंती आहे.

तू आमच्या विश्वविद्यालयात येऊन विद्यार्थ्यांशी 'राष्ट्रनिर्मिती' या विषयावर संवाद साधलास तर त्यांना खूप फायदा होईल. माझे सर्व कुटुंबीय – विशेषतः माझी मुले तुझी प्रचंड चाहती आहेत. तुझ्याबद्दल बोलले जात नाही असा एकही दिवस जात नाही. आमच्या राजाच्या वतीने पाठवीत असलेल्या या निमंत्रणाचा तू एक जुना मित्र व सहयोगी शिक्षक म्हणून स्वीकार करशील, अशी आशा करतो.''

चाणक्यांना अशी निमंत्रणे ढिगांनी येत असत. परंतु हे विशेष निमंत्रण होते आणि चाणक्यांना आपल्या मित्राला नाही म्हणवेना.

ठरलेल्या दिवशी चाणक्य मित्राच्या दरबारात आले. जगप्रसिद्ध चाणक्यांना आपल्या राज्यात आलेले पाहून तेथील राजालाही खूप संतोष वाटला.

भरपूर शैक्षणिक चर्चा झाल्यानंतर चाणक्यांनी विद्यार्थ्यांच्या प्रश्नांना उत्तरे देण्यास सुरुवात केली. दिवस मावळल्यावर चाणक्य आपल्या मित्राच्या घरी गेले. तेथेही त्यांना भेटायला खूप मंडळी आलेली होती. मात्र जेवणे झाल्यावर त्यांनी मित्राच्या कुटुंबासोबत वेळ व्यतीत केला. त्याच्या पत्नीशी, मुलांशी आणि पालकांशी संवाद साधला. लहान असताना त्याच्या पालकांनी चाणक्यांना अनेकदा सुग्रास जेवण खाऊ घातले होते.

अखेरीस दोन्ही मित्र एकांतात बसले. त्यांनी अनेक विषयांवर मनसोक्त गप्पा मारल्या – अगदी आपले गुरुकुलातील इतर मित्र सध्या काय करीत आहेत या साध्या विषयापासून सर्वच विषयांवर ते बोलले. नंतर त्या मित्राने विचारले, ''विष्णू, तू लग्न का बरे करीत नाहीस?''

एक मित्रच असा प्रश्न विचारण्याची हिम्मत करू शकत होता. त्यांनी त्यासाठी स्पष्टीकरणही दिले, योग्य जोडीदार मिळाला तर लग्न करणे

वाईट नाही. मी माझ्या कुटुंबासोबत किती सुखी आहे ते पहा. आपले अनेक ऋषीसुद्धा विवाहित होते.

घरातील एकमेव स्त्री सदस्यानंतर – आपल्या आईच्या निधनानंतर – चाणक्यांशी प्रथमच या विषयावर कोणी बोलत होते.

''मी बिलकुल विवाहाच्या विरोधात नाही...मात्र वैवाहिक जीवन माझ्यासाठी नाही असे मला वाटते.''

''असे का, विष्णू?''

''माझे आधीच लग्न झालेले आहे'' ... चाणक्य म्हणाले.

''काय?'' आश्चर्याने मित्र उद्गारला.

परंतु चाणक्य पुढे म्हणाले, ''....राष्ट्रउभारणीच्या उद्दिष्टाशी आणि जनतेच्या भल्यासाठी.'' चाणक्यांच्या मित्राला जाणीव झाली की चाणक्य शब्दांचा खेळ खेळण्यात पटाईत होते.

''परंतु विवाह करूनही तुला तुझी उद्दिष्टये साध्य करता येणार नाहीत का?''

''होय...मात्र मी ती वाट न घ्यायचे ठरविले आहे. ही माझी वैयक्तिक निवड आहे.''

त्यांच्या मित्राला ते पटले नाही. तो म्हणाला, ''हे उत्तर चालणार नाही. मला अधिक विश्वसनीय कारण दे.''

त्या विद्वान मनुष्याने उत्तर दिले, ''मला माझे लक्ष विचलित होऊ द्यायचे नाही. विवाह ही एक जबाबदारी आहे आणि मला ती अर्धवटपणे निभावणे पटत नाही.''

थोडे थांबून ते पुढे म्हणाले, ''....परंतु कदाचित ते माझ्या नशिबातही नसेल किंवा कोणाला माझ्याशी विवाह करावा असे वाटतही नसेल......कदाचित देवाच्या माझ्यासाठी काही वेगळ्या योजना असतील.''

''पुरे झाले विष्णू....तुझी नाटके थांबव!'' दोघेही मित्र मनापासून हसले. चाणक्यांची कारणमिमांसा पटवून घेत मित्र म्हणाला, ''तुझी

इच्छा नसेल, तर नको करू लग्न!''

आठवणींच्या हिंदोळ्यावर रमलेल्या त्या दोन मित्रांसाठी रात्र अपुरी पडत होती. परंतु त्यांच्या मित्राला त्यांच्याविषयी एक गोष्ट मात्र समजली होती. जीवनाच्या उद्दिष्टाचा प्रश्न आल्यावर त्यांना बाकी कोणतेही व्यवधान नको होते. त्यांचे त्यांच्या ध्येयावर संपूर्णतः लक्ष केंद्रित झालेले होते.

ज्ञानबिंदू

- माणूस कितीही महान असला तरी अशी एखादी व्यक्ती नक्कीच असते, ज्याच्याशी तो मनमोकळेपणाने बोलू शकतो.

- विवाह हे अप्रतीम व सुंदर नाते आहे. मात्र ही निवड अत्यंत वैयक्तिक आहे.

- महान व्यक्ती आपल्या जीवनाच्या उद्दिष्टांविषयी स्पष्ट असतात. त्याचसाठी त्यांचे अस्तित्व असते. इतर माणसे, आयुष्याचे काही ध्येय असावे अथवा नाही याच अंधारात चाचपडत राहतात.

पाठ सहा

चाणक्यांचा ‘जाणता राजा’

आचार्य नीती

राजे खूप असतात; मात्र 'जाणते राजे' खूप कमी. सर्वच राजे आदर्श नसतात. काही कमजोर असतात, काही भ्रष्ट; काही जुलूमी तर काही नेतृत्वगुण नसलेले नुसतेच नामधारी.

संस्थेचे, राज्याचे किंवा देशाचे भविष्य राज्यातील नेत्यावर अवलंबून असते. चांगला राज्यकर्ता बदल घडविण्यास प्रेरणा देतो तर वाईट राजा उघडे दरवाजे बंद करतो.

चाणक्यांना हे चांगलेच ज्ञात होते. म्हणून त्यांनी आपल्या शास्त्रांतील नेतृत्वगुणांच्या गरजेचा चांगला अभ्यास केला होता. अर्थशास्त्र शिकविणाऱ्या पूर्वसुरींचा संदर्भ घेऊन त्यांनी सुशासनाचे स्वतःचे प्रारूप बनविले होते.

चाणक्यांना चंद्रगुप्ताला केवळ राजा बनवायचे नव्हते; तर आदर्श राजा बनवायचे होते. आपल्या विद्यार्थ्यांशी ते "राजर्षी" या संकल्पनेवर भाष्य करीत. सिंहासनावर बसल्यावर त्यांना चंद्रगुप्ताने केवळ राजा म्हणून ओळखले न जाता नेतृत्वगुणांचे महत्व समजून घ्यावे असे वाटत होते.

आचार्य कथा

एके दिवशी चर्चा करताना चाणक्यांनी अचानक चंद्रगुप्ताला विचारले, "आदर्श राजाने काय बनण्याचे उद्दिष्ट ठेवले पाहिजे हे तुला ध्यानात आहे का?"

आपल्या गुरुकुलातील दिवसांची आठवण येऊन चंद्रगुप्त म्हणाला, ''होय आचार्य, राजर्षी!''

''ते कसे, याची तुला कल्पना आहे का ?''

चंद्रगुप्त गप्प बसला. पोहोण्याचा सर्व पुस्तकी अभ्यास करून झाल्यावर एके दिवशी कोणी तुम्हाला पाण्यात ढकलले आणि विचारले, तुला पोहोता येते का ? तर जसे वाटेल, तसेच त्याला वाटले. त्याला विषयाचा गंध नव्हता हे चेहऱ्यावरील प्रतिक्रियेने समजून आले. राजवाड्यातील बागेमधून चालताना चाणक्य म्हणाले, ''आपल्या प्रथांप्रमाणे राजर्षी वेगवेगळ्या प्रकारचे असतात, हे तुला ठाऊक आहे का ?''

आचार्य वर्ग घेत आहेत असे चंद्रगुप्ताला वाटले.

गुरु पुढे म्हणाले, ''असे काही राज्यकर्ते असतात जे प्रथम राजे आणि नंतर विद्वान होतात; तर काहीजण असे असतात जे प्रथम विद्वान आणि नंतर राजे बनतात.''

चांगले शिक्षक उदाहरणे देऊन मुद्दा स्पष्ट करतात, आणि चाणक्यही त्याला अपवाद नव्हते. ''रामायणातील सीतेचे वडील, जनक राजा राजर्षी होते. राजवस्त्रांतील संत होते ते.''

चंद्रगुप्ताने मनात विचार केला...खरेच! जनकराजा हा आदर्श राजाचे सर्वोत्तम उदाहरण होते.

''दुसरे उदाहरण म्हणजे राजऐश्वर्य उपभोगणारे ऋषी – ते सिंहासनावर आरूढ होतात म्हणून नव्हे, तर त्यांच्या ज्ञानामुळे आणि चातुर्यामुळे. ते ऐश्वर्यात आणि सुखात राहतात. मात्र त्यांची मुळे शास्त्रांत घट्टपणे रोवलेली असतात.''

चंद्रगुप्ताला अश्या राजाचे एकही उदाहरण स्मरेना.

चाणक्य पुढे म्हणाले, ''असे ऋषी राजाला मार्गदर्शन करतात. ते

अत्यंत समर्थ असून सम्राटालाही पदच्युत करू शकतात. तरीही ते राजनीतीच्या पलीकडे असतात कारण ते प्रथमतः ऋषी आणि नंतर प्रशासक असतात.''

आता चंद्रगुप्ताला जाणवले की त्याने राजाचा नव्हे तर त्याच्यासमोर उभ्या असलेल्या राजे घडविणाऱ्या व्यक्तीचा विचार केला पाहिजे. देशातील सर्वोच्च सत्तेच्या केंद्रस्थानी असूनही ते संत होते. आणि जगभरातील राजे त्यांचा सल्ला घेण्यासाठी येत होते.

परंतु चाणक्यांचे म्हणणे अजून संपले नव्हते. त्यांनी आपल्या विद्यार्थ्याला विचारले, ```या दोन्ही प्रकारच्या राजर्षींमध्ये सामायिक काय आहे?''

याचे उत्तर गुरूंनीच दिले, ``संपूर्ण अलिप्तता. सभोवतीच्या सत्तेपासून ते अलिप्त असतात. आपणा सर्वांच्या वर एक दैवी शक्ती आहे याची त्यांना जाणीव असते. देव सर्वात मोठा सत्ताधीश आहे आणि तोच आपल्याला सर्व सत्ता देत असतो.''

दुसऱ्या दिवशी दरबाराचे कामकाज सुरू होणार होते. चंद्रगुप्त वेळेवर उपस्थित राहत असे. परंतु त्या दिवशी त्याने आचार्यांना आधीच आलेले पाहिले. प्रथेप्रमाणे राजा गुरूंचे स्वागत करीत असे. परंतु आज गुरु आधीच आले होते. त्याने घाईघाईने पुढे येऊन त्यांना प्रणाम केला.

``मी आज तुझ्यासाठी विशेष भेट आणलेली आहे'', चाणक्य म्हणाले. दरबारातील सर्वांनाच आश्चर्य वाटले.

राजा नम्रतेने म्हणाला, ``तुम्ही दिलेली कोणतीही गोष्ट मला आशीर्वादाप्रमाणे आहे.''

``तुझ्या राजगृहात परत जा. तुला तुझी भेट तेथे ठेवलेली दिसेल आणि तू तिचा उपयोग केलाच पाहिजेस,'' चाणक्यांनी आज्ञा केली.

चंद्रगुप्त आपल्या शयनगृहात गेला तेव्हा त्याला व्यवस्थित गुंडाळून ठेवलेली भेटवस्तू दिसली. ती उघडून पाहिल्यावर त्याला थोडासा धक्काच

बसला. त्यामध्ये सामान्य धाग्यांनी बनविलेली साधी सुती वस्त्रे होती.

आचार्यांनी मला ताबडतोब यांचा वापर करण्यास सांगितले आहे. म्हणजे मी ही आत्ताच परिधान करावयाची आहेत का?

चंद्रगुप्ताला थोडा वैतागच आला. त्याची निवड दर्जेदार असे. त्याला भव्यतेचे आणि सुखाचे आकर्षण होते. उत्तम कारागिरांनी विणलेली व तलम धाग्यांनी बनविलेली वस्त्रे तो परीधान करीत असे. त्याच्या वस्त्रांची सर्वत्र चर्चा होई. आणि आता ही वस्त्रे??

तेवढ्यात एका सेवकाने येऊन वर्दी दिली, "महाराज, आचार्यांनी तुम्हाला ही वस्त्रे परिधान करून दरबारात यायला सांगितले आहे. कामकाज सुरू करण्यासाठी आम्ही तुमची वाट पाहत आहोत."

ही वस्त्रे का घालावीत? राजा कधी अशी वस्त्रे घालतो का? शक्यच नाही! चंद्रगुप्ताला खरोखरीच राग आला होता.

परंतु त्याच्यापाशी पर्याय नव्हता. दरबारात प्रवेश करताना त्याला या वस्त्रांत न ओळखून रक्षकांनी अडविले. तेथे पोहोचल्यावर त्याला आणखीन एक धक्का बसला. चाणक्य सिंहासनावर विराजमान झाले होते!

कठोरपणे चाणक्यांनी फर्माविले, आजचा दिवस मी राजा आहे आणि तू सामान्य माणूस. जा..शेवटच्या रांगेत उभा राहा.

चंद्रगुप्ताने अश्या लाजिरवाण्या परिस्थितीचा याआधी कधीच सामना केला नव्हता. परंतु गुरुंवरील विश्वासाने त्याने सांगितल्याप्रमाणे सर्व केले. दिवसाचे कामकाज ओसरल्यावर तो पुन्हा आपल्या शयनगृहात परतला, तेव्हा त्याला आणखीन एक भेटवस्तू तेथे ठेवलेली आढळली. आणि ती पाहून तो अधिकच अचंब्यात पडला. त्यामध्ये चंद्रगुप्ताच्या आवडीच्या रंगाची आणि नक्षीची नवीन राजवस्त्रे होती. त्यावर त्याच्या आवडीचे अत्तरही शिंपडलेले होते.

वळून पाहताच त्याला चाणक्य मागे उभे असलेले दिसले. "ही वस्त्रे परिधान करून तू उद्या दरबारात ये...तुला छान दिसतील ती!"

मग ते महान गुरु म्हणाले, ''मला राजा बनण्यात काडीचाही रस नाही. आणि तूसुद्धा त्याच अलिप्त भावाने राज्य करावेस असे मला वाटते. तू राजवाड्यात जरूर रहावेस; मात्र आजूबाजूच्या सुखसोयींकडे अलीप्तपणे पाहावेस. लक्षात ठेव...देवाने तुझी राजा म्हणून निवड केलेली आहे. जे काम करशील, ते उत्तम कर.''

ज्ञानबिंदू

- पुस्तकी ज्ञानाला व्यवहारात उतरविणे कठीण असते. मात्र सिद्धांत आणि व्यवहाराची सांगड घालणे अत्यंत गरजेचे आहे.
- आपल्या स्वामित्वाच्या सर्व गोष्टींचा त्याग करण्याची तयारी ठेवा. वेळोवेळी तसे आचरण करा. ऐश्वर्यात जरूर राहा; मात्र ऐश्वर्य हे तुमचे उद्दिष्ट्य असू नये. ते असले किंवा नसले तरीही तुम्हाला पूर्णत्वाची भावना अनुभवास आली पाहिजे.
- ज्या व्यक्तीपाशी खरी सत्ता असते त्याला पदावर बसून ती राबविण्यात अजिबात रस नसतो. सोनेरी सिंहासनावर बसून ज्या सहजतेने ते राज्य करतात त्याच सहजतेने ते आश्रमातूनही सत्ता राबवू शकतात.

पाठ सात

राष्ट्र विरुद्ध राज्य

आचार्य नीती

लहान मुलाला एकत्रितपणाची पहिली भावना जाणविते, ती कुटुंबातून. नंतर त्याला समाजाची संकल्पना समजते. त्यापश्चात त्याचा विवाह होतो आणि तो स्वतःच्या कुटुंबाची सुरुवात करतो. समाजाच्या संकल्पनेच्या पलीकडे राष्ट्राची संकल्पना आहे. त्यामुळे त्याची राष्ट्रनिष्ठेची भावना प्रबळ होते. अश्याप्रकारे हळूहळू व्यक्तीची ओळख वाढू लागते – स्वतःपासून सुरुवात करून, कुटुंब, समाज आणि अखेर राष्ट्रापर्यंत!

व्यक्तीमध्ये उच्च दर्जाची अस्मिता कशी जागवावी, याचे चाणक्यांना उत्तम ज्ञान होते. चंद्रगुप्त धरून सर्वच जण हे अधूनमधून विसरत असत आणि त्यांना त्याचे वेळोवेळी स्मरण करून देणे हे चाणक्यांचे काम होते.

आचार्य कथा

ज्या राष्ट्राचे आता आपण सम्राट आहोत, त्याची नव्याने जडणघडण कशी करावी याविषयी चंद्रगुप्त एकदा आपल्या एका मंत्र्यासोबत चर्चा करीत असताना ही घटना घडली.

या बैठकीस चाणक्यांची आवश्यकता नसल्याने ते उपस्थित नव्हते. परंतु याचा अर्थ असा नव्हे की त्यांना तेथील बित्तंबातमी ठाऊक नव्हती...

ते स्वतःशीच हसले. चंद्रगुप्ताचे चांगले चालले आहे. परंतु त्याला सर्वसमावेशक विचार करण्यास शिकविले पाहिजे.

दुसऱ्या दिवशी राजासोबत असताना त्यांनी त्याला विचारले, ''तुझे राष्ट्रउभारणीचे कार्य कसे चालले आहे?''

''उत्तम आचार्य.....कालच आम्ही चांगला अर्थसंकल्प तयार केला आहे.'', समाधानाने चंद्रगुप्त म्हणाला.

''तर मग या वर्षी खर्चाचा भर कोणत्या स्थळावर आहे?''

''आपले राज्य मगध आणि राजधानी पाटलीपुत्र.''

चाणक्यांनी मान डोलावली. ''शाळा कोठे बांधल्या जात आहेत?''

''मगध राज्याच्या आजूबाजूला. मुख्य विश्वविद्यालये राजधानीत उभारण्यात येतील.''

चंद्रगुप्ताला वाटले होते तेवढा काही प्रभाव नाही पडला चाणक्यांवर. ''संरक्षण प्रणालीचे काय? ती कोठे उभारण्यात येत आहे?''

चंद्रगुप्त थोडासा वैतागला. ''अर्थात मगध राज्यात. आणि पाटलीपुत्र येथे, आचार्य – राजधानीवर लक्ष केंद्रित करायला हवे.''

चाणक्यांनी त्याच्याकडे सम्यक दृष्टीने पाहिले. ''मगध आणि पाटलीपुत्र सोडून तू बाकी काही नियोजन केले आहेस का?''

गोंधळलेल्या चंद्रगुप्ताने उत्तर दिले, ''नाही आचार्य. मुख्य राज्य आणि राजधानीचा विकास केला की सर्व काही आपोआप ठीकठाक होईल, असे आम्हाला वाटते.''

काही क्षण आचार्य शांत राहिले. मग ते म्हणाले, ''मी तुला एका गोष्टीचे स्मरण करून देऊ इच्छितो. मी तुला भारताचा सम्राट बनविले आहे; केवळ मगध राज्याचा राजा नव्हे. पण तू तर मगध राज्याच्या आणि त्याच्या सामर्थ्यवान राजधानीच्या, पाटलीपुत्राच्या प्रेमात पडलेला दिसतोस.''

चंद्रगुप्ताने मान खाली घातली.

''सर्वप्रथम म्हणजे अनेकांना राज्य आणि राष्ट्र या संकल्पनेतील भेदच

समजत नाही. मला विस्ताराने सांगूदे. राष्ट्र ही खूप विशाल संकल्पना आहे. अनेक लहानमोठ्या राज्यांना ती केंद्रीय शासनाखाली आणि नेतृत्वाखाली आणते. (अगदी आजही अनेकांना हे ठाऊक नाही की जगाच्या इतिहासात प्रथमच चाणक्यांनी राज्य सोडून राष्ट्राची संकल्पना मांडली होती.)

ते पुढे म्हणाले, ‘‘असे केल्याने आपण सैन्य आणि खजिन्यासारख्या सामायिक साधनांचा सर्वांच्या भल्यासाठी वापर करू शकतो. लहान मोठ्या सर्वच राज्यांना परकीय शत्रूच्या विरोधात उभे राहण्यासाठी सामायिक सेनेची मदत मिळू शकते. आपण सर्वांनी समान मुल्यांची नाणी निर्माण केली तर सर्वत्र केल्या जाणाऱ्या सारख्या कामाला सारखेच मूल्य देता येईल. आपले अर्थशास्त्रीय मूल्य वाढेल आणि समाजातील प्रत्येक व्यक्तीला त्याचा खूप आर्थिक फायदा होईल.

दुसरे म्हणजे तू आपले राष्ट्रीय नियोजन तयार करताना इतर राज्यांच्या विकासाचा विचार केलेला दिसत नाही. शाळा आणि सैन्याला तू दिलेले सर्व फायदे केवळ एकाच राज्याला प्राप्त होत आहेत – मगध!

‘‘तुला संपूर्ण देशाच्या विकासाचा विचार करायचा आहे; फक्त मगध राज्याचा नव्हे. अशाने तुझा दृष्टीकोन संकुचित होईल.’’

गुरुचे बोलणे शिष्याने शांतपणे ऐकून घेतले; कारण ते सत्यवचन आहे हे त्याला पटले.

‘‘संपूर्ण देशाचा नकाशा घेऊन बस. प्रत्येक राज्याचा विचार कर आणि त्याच्या विकासासाठी निधीची तरतूद कर. तेव्हाच तुझा दृष्टीकोन राष्ट्रीय होईल आणि तुझ्यापाशी राष्ट्रासाठीची योजना तयार असेल.’’

चंद्रगुप्ताच्या मनात एक प्रश्न उभा राहिला. ‘‘माझ्यापाशी सर्व राष्ट्राला पुरतील इतकी संसाधने आणि सैनिक नसतील, तर मी काय करू?’’

आश्चर्याची गोष्ट म्हणजे हा प्रश्न ऐकून चाणक्यांना आनंद झाला. ‘‘चांगला प्रश्न आहे हा. तसे झाले तर तू त्या त्या राज्यातील स्थानिक

लोकांची भरती कर. मात्र त्यांचे प्रशिक्षण पाटलीपुत्र येथील दर्जाचे असुदे. अश्या प्रकारे कठीण संकटाला तोंड देण्यासाठी सर्वजण सारख्याच तयारीचे बनतील.''

पुढे आचार्य म्हणाले,''आपली मातृभूमी आणि राज्याच्या्या संरक्षणासाठी सर्वच जण कटिबद्ध असतात. शत्रूला धडा शिकविण्यासाठी ते सर्वोत्तमाहूनही उत्तम कामगिरी करतील.''

नंतर चाणक्यांनी त्याला अखेरचा सल्ला दिला, ''लक्षात ठेव. देशभरातील वृद्ध व्यक्ती, स्त्रिया, मुले आणि आजारी व्यक्तींची सारखीच काळजी घेतली पाहिजे. यात भेदभाव होऊ नये. तरच प्रजेला समजेल की तू सर्वांच्या भल्यासाठी झटत आहेस.''

राष्ट्रीय विषयावरील बैठकींचे नियोजन कसे करावे याचा चंद्रगुप्ताला आता पाठ मिळाला होता.

ज्ञानबिंदू

- नेता म्हणून तुमची भूमिका काय आहे ते समजून घ्या. तुम्ही फक्त स्वतःचा आणि आपल्या आजूबाजूच्या वर्तुळातील व्यक्तींचा नव्हे; तर सर्वांचा विचार करून नियोजन केले पाहिजे.
- देशात आपण सामायिक संसाधनांचा उपयोग करतो. म्हणून प्रत्येकजण राष्ट्र उभारणीचे कार्य करीत असतो. राष्ट्राचा विकास म्हणजे प्रत्येक व्यक्तीचा विकास. मात्र व्यक्तीचा विकास म्हणजे इतर सर्वांचा आणि राष्ट्राचा विकास हे खरे नाही.
- गुरुंनी सर्व नागरिकांमध्ये-आणि विशेषतः राजा आणि नेत्यांमध्ये - 'राष्ट्रीय जाणीवेचा' विकास केला पाहिजे.

पाठ आठ

तुमचा अहंकार बाजूला सारा

आचार्य नीती

सत्तेमधील माणसांना कधीकधी असा अहंकार होतो की आपल्यावर कोणीच नाही. शिवाय त्यांचे अनुयायी चांगले आणि वाईटही असतात. चांगले अनुयायी उत्तम सल्ला देतात तर वाईट मंडळी स्वतःच्या स्वार्थाचा विचार करून त्याप्रमाणे पाठींबा देतात.

चाणाक्ष नेत्याने सर्वांचे ऐकावे मात्र सल्लागाराचा उद्देश पारखताना नीरक्षीरविवेकबुद्धी बाळगावी. नेत्याचे घडणे-बिघडणे त्याच्या या ज्ञानावर अवलंबून असते.

आचार्य कथा

चंद्रगुप्त अजूनही चंचल सत्तेचा खेळ समजून घेण्याचे प्रशिक्षण घेत होता. त्याला अजून आदरणीय सल्लागार आणि मनात खोट बाळगणारी मंडळी यांमध्ये भेद करता येत नव्हता.

एके दिवशी ती दुसऱ्या प्रकारची मंडळी चंद्रागुप्तापाशी आली आणि म्हणाली, ''महाराज, आम्ही एक बातमी आणली आहे.''

''काय आहे?''

''माफ करा महाराज...पण तुम्ही ज्या पद्धतीने राज्यकारभार करीत आहात, ते पाहून प्रजा तुम्हाला हसते आहे''....उपहासाने ती मंडळी म्हणाली.

"का? त्यांनी कष्टी व्हावे असे काय बरे झाले?"

"त्यांना असे वाटते की तुम्ही दुसऱ्याच्या नियंत्रणाखाली काम करता."

"दुसऱ्याच्या नियंत्रणाखाली? कोणाच्या?"

"महाराज...लोक असे कुजबुजतात की तुमच्यावर आचार्य चाणक्यांचे नियंत्रण आहे," त्यांच्यापैकी एकजण म्हणाला.

"लोकांना असे वाटते की तुम्ही त्यांच्या हातातील बाहुले आहात. तुम्ही जे बोलता, करता किंवा जो विचार करता तोसुद्धा चाणक्यांनी ठरविल्याप्रमाणे आणि पूर्वनियोजन केलेला असतो. शेवटची काडी अशी होती, जणू काही तुम्हाला स्वतःचे डोकेच नाही असे वाटते."

चंद्रगुप्ताचा तिळपापड झाला. "असे म्हणण्याची तुमची प्राज्ञाच कशी झाली? मला स्वतःचे डोके नाही? राज्य चालविण्याइतकी बुद्धिमत्ता नक्कीच माझ्यात आहे. प्रजेला काय वाटते? मी केवळ सिंहासनावर बसून माश्या मारीत आहे? चाणक्यांच्या सल्ल्याविनाही मी चांगले निर्णय घेऊ शकतो हे मी त्यांना सिद्ध करून दाखवीन." असे म्हणून चंद्रगुप्त बैठकीतून रागाने निघून गेला. आपला हेतू फळाला आल्याचे जाणून त्या मंडळीना आनंद झाला.

त्यांनी चंद्रगुप्ताच्या मनात कालविलेले विष अधिकाधिक पसरत गेले. तो अस्वस्थ झाला आणि त्याला स्वतःचीच ओळख पटेना. त्याला अहंकाराने ग्रासले होते.

आठवड्यातून एकदा चाणक्य आणि चंद्रगुप्त चाणक्यांच्या आश्रमात तत्वज्ञानावर चर्चा करण्यासाठी भेटत असत. त्या आठवड्यात चाणक्यांनी चंद्रगुप्ताची खूप वाट पाहीली, परंतु तो आला नाही. असे पहिल्यांदाच घडत होते आणि चाणक्यांच्या लक्षात आले की काहीतरी गडबड आहे. परंतु त्यांनी कोणतीही प्रतिक्रिया दिली नाही. पुढच्या आठवड्यातही तसेच पुन्हा घडले. आणि नंतरही याची पुनरावृत्ती झाली.

मग नक्की काय घडले याचा चाणक्यांनी शोध घेतला. थोडे खणून पाहील्यावर त्यांना संपूर्ण हकीगत समजली.

पुढच्या आठवड्यात चंद्रगुप्ताने आश्रमात येण्याची वाट न पाहता, चाणक्यच त्याच्या प्रासादात गेले. तेथे त्यांनी राजाला मंत्र्यांसोबत बसलेले पाहिले. चाणक्यांना पाहून सर्वांनाच आश्चर्य वाटले आणि ते आपापल्या स्थानावरून उठले.

राजावर आता आपला प्रभाव चालतो हे पाहून ते वाईट सल्लागार जरी खुश असले, तरी चंद्रगुप्ताला मात्र आपल्या गुरूची व त्यांच्या चातुर्यपूर्ण वचनांची सारखी आठवण येत होती. तरीही त्याच्या अहंकाराला ठेच पोहोचली होती आणि त्याला आपले मन कोणापाशीही मोकळे करता येत नव्हते.

''आचार्य, तुम्ही स्वतः येथे आलात?'', आश्चर्याने चंद्रगुप्ताने विचारले. त्याची काहीही तक्रार असली तरी गुरूंच्या प्रती असलेला आदर कमी झाला नव्हता. सिंहासनावरून उतरून त्याने चाणक्यांच्या चरणांना स्पर्श केला.

''तू गेले काही आठवडे आपल्या नियमित भेटींना अनुपस्थित राहिलास...म्हणून मीच आलो काय झाले ते पाहायला.'' काळजीच्या सुरात चाणक्य म्हणाले, ''तुझी तब्येत तर ठीक आहे ना?''

''होय आचार्य. सर्व काही आलबेल आहे. गेले काही दिवस खूप काम होते म्हणून मी आपल्या भेटीसाठी येऊ शकलो नाही.''

चाणक्य स्मित करीत म्हणाले, ''चंद्रगुप्त, मला यापेक्षा चांगले कारण दे.''

आपला खोटेपणा पकडला गेला हे राजाच्या लक्षात आले. ज्या माणसांच्यामुळे ही परिस्थिती उद्भवली होती ती मंडळी कोणाच्या नजरेत न येता निसटण्याचा प्रयत्न करू लागली. परंतु ती पळण्याच्या आधीच चाणक्य ओरडले, ''थांबा!'' ते तेथेच खिळून उभे राहिले.

''तर हे आहेत तुझे नवीन सल्लागार, चंद्रगुप्ता!'' आचार्यांची करडी नजर

त्यांच्यावरून फिरू लागली तसा त्यांना डोळ्यांसमोर आपला मृत्यूच दिसू लागला. येथून सुटका होण्याची ते मनात प्रार्थना करू लागले.

आपल्या पोलादी आवाजात चाणक्य गर्जले, ''चंद्रगुप्ता, जेव्हा मी तुला राजा बनविले तेव्हाच मला ठाऊक होते की एक दिवस असा येईल जेव्हा तुला आपण सर्वज्ञ झाल्याचे वाटेल आणि माझ्या किंवा इतर हितचिंतकांच्या सल्ल्याची आवश्यकता भासणार नाही. आणि हे व्यवस्थित ओळखून मी तुझ्यासाठी पर्याय मनात योजून ठेवले आहेत. मी म्हणेन त्या क्षणी ते तुझी जागा घेतील. पण माझी जागा घेईल असा कोणी तुझ्यापाशी आहे का?

तुला योग्य ते मार्गदर्शन करू शकेल असा माझ्यापेक्षा अधिक विद्वान आणि सक्षम व्यक्ती तुझ्याजवळ आहे का?''

संतापाने ते दरवाजाकडे वळले. परंतु निघण्याआधी ते म्हणाले, ''देवांचेही गुरु असतात...आणि तू तर केवळ मर्त्य मानव आहेस.''

पुढच्या आठवड्यापासून चंद्रगुप्त पूर्वीप्रमाणे चाणक्यांच्या आश्रमात नियमितपणे भेटीस जाऊ लागला.

ज्ञानबिंदू

◆ प्रत्येक माणसापाशी प्रामाणिक आणि अप्रामाणिक सहयोगी असतात. त्यांच्यामध्ये भेद करता आला पाहिजे.

◆ गुरूंचा सल्ला उथळपणे घेऊ नये. ते तुम्हाला तुमच्या भल्याचीच गोष्ट सांगतात.

◆ एखाद्या माणसाला तुमच्या सत्कीर्तीत खरेच रस आहे का, ते ओळखा. तसे असेल तर अहंकार सोडून त्यांच्याशी चांगले संबंध प्रस्थापित करा.

पाठ नऊ

राजाचा दृष्टीकोण

आचार्य नीती

नेत्यांमध्ये दोन गुणांची नितांत आवश्यकता असते–कुवत आणि योग्य दृष्टिकोण. अनेक नेत्यांमध्ये कुवत नसते. केवळ वशिल्याच्या अथवा नशिबाच्या जोरावर ते तेथे पोहोचतात.

कुवत नसलेला नेता देशाचे प्रचंड नुकसान करतो कारण उपलब्ध संधीचा तो उपयोगच करून घेत नाही. त्याच्या अनुयायांना तो प्रेरणाही देऊ शकत नाही.

त्याहीपेक्षा अधिक महत्वाचे म्हणजे त्याचा दृष्टिकोण. जर तो योग्य असेल तर चमत्कार घडतो. आणि चुकीचा असेल, तर सर्वच गणित चुकते.

चाणक्यांनी चंद्रगुप्ताला आणि इतर शिष्यांना सक्षम नेते बनविले. त्यांनी त्यांना नेतृत्वाची कौशल्ये आणि तंत्रे शिकविली. मात्र त्यांनी या कौशल्यांचा योग्य तो वापर करावा म्हणून नेतृत्वाप्रती योग्य दृष्टिकोण विकसित करण्यासाठी त्यांना प्रवृत्तही केले.

आचार्य कथा

एके दिवशी चाणक्यांनी चंद्रगुप्ताला विचारले, ''राजाचे अंतिम लक्ष्य कोणते असावे बरे?''

चंद्रगुप्ताने प्रश्नाचे उत्तर देण्याआधीच त्यांनी उत्तर दिले, ''आपल्या धर्मग्रंथांत लिहिलेले आहे की 'प्रजासुख', अर्थात प्रजेचा आनंद हेच राजाचे अंतिम उद्दिष्ट आणि कर्तव्य असले पाहिजे.'' चाणक्यांनी मग एक सूत्र

सांगितले, जे नंतर त्यांच्या अर्थशास्त्रातील अखेरचे सूत्र बनले.

'प्रजेच्या सुखात राजाचे सुख सामावलेले असते'.

चाणक्यांनी चंद्रगुप्ताला समजावून सांगितले, ''राजाचे आयुष्य त्यागाने भरलेले असते. त्याला वैयक्तिक आयुष्य नसतेच मुळी. त्याचे जीवन इतरांसाठी असते. मग खिडकीबाहेर बोट दाखवीत ते पुढे म्हणाले, त्या सूर्याकडे पहा. सूर्यामुळे सर्व जगाला जीवन मिळते. सूर्य या ग्रहाचा नेता आणि देव आहे. तो स्वतः जळून इतरांना प्रकाश व उर्जा देतो.'' चाणक्यांनी सूर्यदेवाला प्रणाम केला.

चंद्रगुप्ताला प्रश्न पडला, ''याचा अर्थ असा आहे का, की काही निर्णय आपण घेऊ शकत नाही? मला सर्वांना खुश ठेवायचे असेल तर मला गुन्हेगारांना शासन करता येणार नाही. शिक्षा झाल्याने कोणालाही आनंद मिळत नाही!''

चाणक्य हसले. ''राजाने केवळ व्यक्तीचे सुखच नव्हे तर हितसुद्धा ध्यानात घेतले पाहिजे.''

चंद्रगुप्ताला फरक समजला नाही. चाणक्यांनी समजाविले, ''हीत म्हणजे जे बरोबर आणि योग्य आहे असे. आणि कधीकधी जे योग्य असते ते आपल्याला आनंदी करीत नाही. आपल्याला कडू औषध घ्यायला आवडत नाही, परंतु आजारपण दूर करण्यासाठी ते आवश्यक असते. त्याचप्रमाणे नजीकच्या काळात काही निर्णय कटू वाटतात पण दूरचा विचार केला तर ते फायदेशीर ठरतात. हे खरे हीत!''

चंद्रगुप्त अखेरीस म्हणाला, ''म्हणजे अपराध्यांना शासन करणे हितकर असते. त्यामुळे इतर प्रजेला सुख प्राप्त होईल.''

चंद्रगुप्ताला मुद्दा समजला याचा चाणक्यांना आनंद झाला. ''राजाने सर्वसाधारणपणे आपल्या सर्व प्रजेच्या हिताचा विचार केला पाहिजे; फक्त त्या गुन्हेगाराच्या नव्हे. म्हणून गुन्हेगाराला शासन करणे हासुद्धा नेतृत्वाचा महत्वाचा भाग आहे. तरीही, त्याला कशी शिक्षा करावी याचाही विसर पडू देऊ नकोस.''

चंद्रगुप्ताला याचा अर्थ समजला नाही. तेव्हा चाणक्यांनी स्पष्टीकरण दिले, ''कोणाचाही तिरस्कार करून शिक्षा देऊ नये. अगदी निर्ढावलेल्या गुन्हेगारावरही योग्य प्रकारे खटला चालवला पाहिजे आणि सारासार विचाराने न्यायदान केले पाहिजे.''

''कसे?''

''राज्यकर्त्याने त्यासाठी धर्मशास्त्राचा आधार घेतला पाहिजे...गुरु तुला यात मदत करू शकतील.''

''राजा स्वतःच सर्व निर्णय घेऊ शकत नाही का?''

चाणक्यांनी नकार दिला. जरी सर्व निर्णय घेण्यासाठी राजा सक्षम असला, तरी थोरामोठ्यांच्या सल्ल्यामुळे त्याचा अहंकार काबूत राहतो आणि त्याचे उताविळपणाने निर्णय घेणे बंद होते. मात्र सल्लामसलत उपलब्ध नसेल तर मात्र राजाने निर्णय घेतलेच पाहिजेत.

विद्यार्थ्याचा अखेरचा प्रश्न होता, ''तर मग राजाचा आपल्या प्रजेविषयीचा दृष्टिकोन कसा असावा?''

''पालकाप्रमाणे. प्रजा राजाकडे मोठ्या आशेने पाहते. त्यांच्या दृष्टीने राजा म्हणजे दैवी शक्तीच; जी त्यांचे पोषण करते, संरक्षण करते आणि त्यांची काळजी घेते. तो त्यांच्यासाठी सुखासमाधानाची व आनंदाची परिस्थिती निर्माण करतो. कुटुंब यापेक्षा काही वेगळे असते का?''

त्यानंतर चाणक्यांनी इशारा दिला, ''मात्र पालकत्व म्हणजे प्रेम आणि बंधनही. राजाने आपल्या प्रजेवर प्रेमाचा वर्षाव करावा हे खरे; परंतु तशीच वेळ आली तर त्यांना बेशिस्तपणा खपवून घेतला जाणार नाही याचीही जाणीव करून द्यावी.''

चाणक्यांनी चंद्रगुप्ताला विचारांच्या भोवऱ्यात सोडले. पालकत्व जितके राजाला लागू असते तितकेच ते गुरूलाही लागू असते याची त्याला जाणीव झाली. कृतज्ञतेने तो पुटपुटला, ''आचार्य, तुम्ही खरेच महान पालक आहात!''

ज्ञानबिंदू

◆ नेत्यापाशी कुवत आणि योग्य दृष्टीकोन या दोन्ही गोष्टी असल्या पाहिजेत.

◆ सुख आणि हीत यामधील फरक समजून घ्या. केवळ इतरांशी गोड वागणे पुरेसे नाही. काही वेळा योग्य निर्णय कटू असतो.

◆ पालक मुलांचे सर्वात मोठे हितचिंतक असतात. मात्र मुलांच्या भल्यासाठी प्रेम आणि शिस्त या दोहोंचीही आवश्यकता असते.

पाठ दहा

संगीत-यशाचे साधन

आचार्य नीती

मेंदू ठराविक पद्धतीने काम करतो. त्याची पद्धत समजली, तर कमीत कमी कष्टांत आपण अधिकाधिक उत्पादकता प्राप्त करू शकतो. आजकाल प्रत्येक गोष्ट मानसिक अवस्थेप्रमाणे सांगितली जाते. ऑलिंपिक सामन्यांत विजयी झालेले खेळाडू सांगतात की खरे पदक जिंकण्याच्या आधी त्यांनी आपण सुवर्णपदक जिंकले आहे अशी मनात कल्पना केली होती. शारीरिक आजारांचे मूळ मनात असते असे मानले जाते. जगभरातील मानसशास्त्रज्ञ वर्तणुकीवर संशोधन करीत आहेत. त्यांनी संगीत व त्याचे मानवी मेंदूवरील परिणाम या विषयावर काही महत्त्वाचे शोध लावलेले आहेत.

चाणक्यांना मानवी मनाचा व्यवहार समजला होता. राजाने शारीरिकदृष्ट्या सावधान स्थितीत असावे पण मानसिकदृष्ट्या विश्रामात असावे, अशी ते व्यवस्था करीत. अगदी धकाधकीच्या दिवसातही राजाने मनोरंजनासाठी थोडा वेळ काढावा – संगीत ऐकावे, असे ते पाहत.

आचार्य कथा

सेनापती एकदा चाणक्यांना भेटून म्हणाले, ''महोदय, आम्ही युद्धाच्या काळातही संगीत ऐकतो. आमच्या वाद्यवृंदात कवायतीच्या वेळी उपयोगी अशी डफ, बिगुल व तुतारी आहे. परंतु मला हल्लीच कळले की तुम्हीही राजाला रोज संगीत ऐकविता?''

संगीताचे निस्सीम चाहते असलेले सेनापती चाणक्यांच्या संगीतविषयक

जाणकारीने प्रेरित झाले. ‘‘आचार्य, मला माहित आहे की तुम्ही संगीताचा अभ्यास केलेला असून त्याचा आपल्या मनावर काय परिणाम होतो ते तुम्हाला माहिती आहे. मला याबाबत थोडे विस्ताराने सांगितलेत तर मी त्याचा माझ्यासाठी फायदा करून घेईन.’’ त्यांनी विनंती केली.

चाणक्य अनेक विषयांतील तज्ञ होते; परंतु संगीत विषय त्यांच्या वैयक्तिक आवडीचा होता. त्यामुळे त्यांनी सेनापतींची विनंती स्वीकारली.

आपल्या वेदांमध्ये संगीतविषयक खूप माहिती संकलित करून ठेवलेली आहे हे तुम्हाला ठाऊक आहे का? आपल्या महान परंपरेचा भाग आहेत ते. आपल्या पूर्वजांनी राग, ताल, लय अश्या संगीताच्या प्रत्येक भागाचे सुरेख व विस्तृत वर्णन करून ठेवलेले आहे. त्याचा अभ्यास केल्यावर मी स्वतःलाच प्रश्न विचारला, ‘‘या ज्ञानाचा आपल्याला कसा बरे उपयोग करून घेता येईल?’’

त्यांनी पुढे स्पष्ट केले, ‘‘वेद सांगतात की विश्वाचा उगम ‘ओम’ म्हणजे प्रणवमंत्राच्या ध्वनिमधून झाला आहे.’’

सेनापती सहमत झाले, ‘‘मी सुद्धा ते ऐकले आहे.’’

‘‘संगीताचा उगम दैवी आहे. नंतर आपण त्याचे सात सूर केले. त्यांना सप्तसूर म्हणतात. या सात सुरांच्या मिलाफामधून संगीताची दुनिया निर्माण झाली आहे.

सेनापती म्हणू लागले, ‘‘सा, रे, ग, म, प, ध, नी.’’

चाणक्यांनी मान डोलावली. ‘‘मग त्यात तुम्ही ताल आणि शब्दांची भर घाला...शक्यतांना मर्यादाच उरत नाहीत. ते स्मित करीत होते. जणू काही ते एखादी अप्रतीम चाल ऐकत होते.’’ सेनापतींनी विचारले, ‘‘पण आचार्य, याचा राज्यशास्त्रात कसा उपयोग होतो?’’

जणू ध्यानातून बाहेर येत ते रणनीतीज्ञ म्हणाले, ‘‘राजकारण हा मानसिक खेळ आहे. संगीताचा मनावर परिणाम होतो. म्हणून मी त्या

दोघांना जोडले. संगीताने माणसाच्या मनाची बैठक घडविता येते.''

चाणक्य संगीताविषयी बोलत आहेत याची बातमी एव्हाना राजवाड्यात पसरली होती. काही क्षणांतच त्या दोघांच्या सभोवती उत्साही मंडळींचा गराडा पडला. त्यात स्वतः चंद्रगुप्ताचा समावेश होता.

''संगीत आराम देऊ शकते आणि तुमची एकाग्रता वाढवू शकते.'' नवीन उपस्थित झालेल्या सर्वांनी संगीताचे फायदे ऐकावेत म्हणून चाणक्य म्हणाले,'' संगीतामुळे योग्य मनस्थिती जागृत होते. पहाटे उठल्यावर उर्जापूर्ण संगीत ऐकलेत तर दिवसाची सुरुवात उत्साहाने होते. कारणासाठी आपल्या सकाळच्या प्रार्थना चैतन्यदायी व सकारात्मक उर्जेने भारलेल्या असतात.''

आपल्याला पहाटे उत्साहपूर्ण नादसंगीताने का उठविले जाते ते चंद्रगुप्ताला आता समजले. ही चाणक्यांची योजना होती.

''दिवस पुढे सरतो तसे आपले मनही पुढे जाते. उत्साही सुरावटीनंतर आपण कर्णमधुर सुरांकडे वळतो. मनाला शांतता देणाऱ्या, लाडीगोडी लावणाऱ्या संगीताची विचारांना साथ मिळते.''

''दुपारी आपल्या चित्तवृत्ती निवांत असतात. कामाला पुन्हा प्रारंभ करण्याआधी एखादी वामकुक्षी घेतली जाते. अश्यावेळी आराम देणारे संगीत मनाला ताजेतवाने करते.''

सर्वजण विचारात पडले. हे खरे होते. दुपारच्या निवांत वेळी पशुपक्षीही विश्राम करतात.

ते म्हणाले, ''अखेरीस, संगीताचा करमणूक म्हणून आनंद घ्यायचा असेल, तर संध्याकाळची वेळ सर्वात उत्तम. तुमच्या आवडीचे संगीत दोन घटका ऐकलेत तर आत्म्याला संतोष मिळतो.''

काही सर्वोत्तम संगीतकार आणि कलाकार आपल्या दरबारात सदैव आपल्या कलेची प्रस्तुती कसे करत असतात, ते चंद्रगुप्ताला आठवले. त्यांना चांगले मानधन देण्याची योजना चाणक्यांनी करून ठेवली होती.

कलाकारांचा योग्य सन्मान राखला पाहिजे, असे ते म्हणत.

एखाद्या माणसाला कोणत्या प्रकारचे संगीत ऐकायला आवडते यावरून त्याचे व्यक्तिमत्व कसे आहे ते उमजते. उदा. एखाद्याला कर्णकर्कश संगीत आवडत असेल तर तो सळसळत्या रक्ताचा उत्साहाने ओसंडत असलेला असू शकतो. त्याला मंद संगीत आवडत असेल तर तो बुद्धिमान व संवेदनशील व्यक्ती असू शकेल.

संगीताचे अनेक पैलू आहेत. ती पुर्वानियोजनाविना सुरू झालेली संगीत सभा तशीच चालू राहिली. शेवटी चाणक्य म्हणाले, ''संगीत तुम्हाला दैवी मार्गावर घेऊन जाते व मोक्ष (जन्ममृत्यूच्या चक्रातून सुटका) प्राप्त करण्यास मदत करते.''

त्यांच्या या संवादानंतर आदरयुक्त शांतता पसरली. चाणक्यांनी सेनापतींना असा सल्ला दिला, ''तुमच्या शस्त्रांप्रमाणे तुमची संगीताची साधनेही उत्तम स्थितीत ठेवा. युद्धात कोणते अधिक कमी येतील ते सांगता यायचे नाही.''

ज्ञानबिंदू

◆ संगीत दैवी आहे. अध्यात्मिक व व्यावहारिक जगात ते तुम्हाला यश प्राप्त करण्यासाठी सहाय्य करते.

◆ संगीत ऐकण्याचे अनेक फायदे आहेत. त्यामुळे तुम्हाला आराम मिळतो व तुमची एकाग्रता वाढते.

◆ संगीताच्या सात सुरांच्या फेरबदलाने सृजनाला व कल्पकतेला मर्यादाच राहत नाहीत.

पाठ एक

संपत्तीची निर्मिती

आचार्य नीती

ज्या देशातील सर्व लोक गरिबीच्या पातळीच्या वर आलेले आहेत, त्या देशाला यशस्वी देश म्हणता येईल. त्यातील प्रत्येक व्यक्ती खूप श्रीमंत नसेलही...परंतु आनंदी व समाधानी नक्कीच असेल. माणसाची किंमत केवळ त्याने मिळविलेल्या संपत्तीच्या रुपात अथवा ऐश्वर्यात आणि भौतिक सुखसोयींत मोजली जात नाही. समाजातील प्रत्येकाने एकमेकांच्या उत्कर्षासाठी काम केले पाहिजे. सरकारने आर्थिक आणि अध्यात्मिक उन्नतीला उत्तेजन दिले पाहिजे.

आचार्य कथा

उत्तम रणनितीज्ञ असलेले चाणक्य उत्तम विचारवंतही होते. त्यांच्या बहुतांश शत्रूंचा पाडाव झाल्यावर व चंद्रगुप्ताचे राजा म्हणून बस्तान बसल्यावर, ते त्याच्याशी सुशासनासारख्या उच्चतम संकल्पनांवर बोलू लागले.

त्यांनी त्याला अर्थशास्त्रातील काही धडे द्यायचे ठरविले. त्यावर त्यांचे प्रभुत्व होतेच. चाणक्यांनी राजाला विचारले, ''राष्ट्र धनवान कसे होते?''

''लोकांकडून कर गोळा करून.''

''बरोबर. आणखीही काही मार्ग आहे का?''

राजाने थोडा विचार केला आणि म्हणाला, ''दोषी व्यक्तींकडून दंड

वसूल केल्यानेही राष्ट्राच्या तिजोरीत भर पडते.''

महसूल गोळा करण्याची तीसुद्धा एक पद्धत आहे. ''चाणक्य सहमत झाले. परंतु मी तुला वेगळा प्रश्न विचारला आहे. राष्ट्र धनवान कसे होते?''

चंद्रगुप्त विचार करीत असताना गुरुंनीच उत्तर दिले, 'संपत्तीची निर्मिती करून राष्ट्र धनवान होते.''

राजाला हे न कळल्याचे पाहून चाणक्य म्हणाले, ''आपण एक फेरी मारून येऊ.''

थोड्या वेळाने ते वेषांतर करून सामान्य नागरिकाच्या वेशात राजवाड्यातून निघाले. चाणक्यांची योजना तयार होतीच. सर्वप्रथम ते शहरातील बाजारपेठेत गेले. तेथे दुकानांची व ग्राहकांची तोबा गर्दी होती.

''चंद्रगुप्ता, तुला येथे काय आढळले?''

''हे आर्थिक उलाढालीचे केंद्र दिसते. देशाचे भवितव्य बरेचसे स्थानिक उत्पादनांच्या व्यापारावर अवलंबून असते.''

''होय...या ठिकाणी खूप आर्थिक व्यवहार होत आहेत खरे. परंतु ही संपत्तीची निर्मिती नव्हे.''

चंद्रगुप्त गोंधळला. मात्र त्याने काही भाष्य केले नाही.

त्यानंतर त्याचे गुरु त्याला सावकाराकडे घेऊन गेले. अनेक कारणांसाठी कर्ज घ्यायला येणाऱ्या लोकांचे ते निरीक्षण करू लागले – व्यवसायासाठी, वैयक्तिक गरजेसाठी अथवा काहीतरी रक्कम हाती हवी म्हणून. बहुतेक वेळा त्यांना कर्ज घेण्यासाठी वस्तू तारण ठेवावी लागत असे. एका स्त्रीने तिचा शेवटचा सोन्याचा हार तारण ठेवला.

गुरुंनी पुन्हा विचारले, ''तू येथे काय पाहिलेस, चंद्रगुप्ता?''

''कर्जाची गरज असलेल्या लोकांना सावकाराकडे ते मिळाले. त्याने त्यांना रक्कम दिली आणि त्यावर काही व्याज लावले.''

चाणक्य पुन्हा सहमत झाले. ''बरोबर आहे तुझे म्हणणे. परंतु ही संपत्तीची निर्मिती नव्हे.''

नंतर चाणक्य त्याला सरकारी खजिन्यात घेऊन गेले. तेथेही खूप धावपळ चालू होती. देशभरातून गोळा केलेला कर, दंड तेथे तपासला जात होता आणि त्यानंतर तो भांडारात जमा केला जात होता. धान्य व जंगलातील उत्पादनांचे वजन तसेच त्यात काही भेसळ तर नाही ना, हे तपासले जात होते. ''तू येथे काय पाहिलेस ?'' त्यांनी विचारले.

''सरकारचा हा विभाग खूप महत्वाचा आहे. कर खात्यामुळेच आपण नागरिकांची काळजी घेऊ शकतो आणि त्यांचे कल्याण करू शकतो. या पैशामधून आपण आपले खर्च चालवितो व सरकारी कर्मचाऱ्यांचे वेतन देतो तसेच विकास कामांसाठी हाच निधी वापरतो.''

नेमके काय चालले आहे, हे चंद्रगुप्ताला हळूहळू समजत होते. परंतु चाणक्य पुन्हा एकवार सहमत होत म्हणाले, ''मात्र ध्यानात ठेव – हे संपत्तीचे निर्माण नव्हे.''

अखेरीस चंद्रगुप्ताने विचारले, ''तर मग आचार्य, संपत्तीची निर्मिती म्हणजे नेमके काय ?''

आपला विद्यार्थी ज्ञान ग्रहण करण्यास अखेरीस सिद्ध झाला आहे हे चाणक्यांच्या ध्यानात आले. ते त्याला शेतात काम करीत असलेल्या शेतकऱ्यांपाशी घेऊन आले. ''खरी संपत्तीची निर्मिती येथे होते. हे गरीब शेतकरी अहोरात्र कष्ट करतात. ते आपल्याला धान्य देतात. त्यांच्या प्रयत्नाने धरती मातेकडून आपल्याला धान्यरूपाने संपत्ती मिळते. आणि यामुळेच आपला खजिना भरतो.''

''परंतु आचार्य....आपण पाहिलेली इतर माणसेही कष्ट करीत होती. मग त्यांच्यात व या शेतकऱ्यांत कोणता फरक आहे ?''

''होय...ती मंडळीही कष्ट करतात. या शेताच्या बाजूचा जमिनीचा तुकडा पहा. तेथे धान्य उगत नाही कारण कोणी ती जमीन कसत नाही.

मात्र माणसाच्या कष्टाने तेथे सोने पिकू शकते. त्याशिवाय हे फक्त माळरान आहे.''

''याचा अर्थ असा की माणसाची मेहनत खूप महत्वाची आहे, बरोबर?''

''अगदी बरोबर. आता तुझे काम हे, की या शेतकऱ्यांना त्यांच्या कामाचा यथायोग्य मोबदला मिळाला पाहिजे. त्याचप्रमाणे आपण व्यावसायिकांना व उद्योगपतींनाही कष्ट करण्यास प्रोत्साहन दिले पाहिजे. जितके उत्पादन अधिक, तितकी संपत्तीची निर्मिती अधिक. अधिक कर गोळा केल्याने उत्पादनासाठी अधिक मेहनत घेण्यास प्रोत्साहन मिळते. अश्याप्रकारे राष्ट्र धनवान होते.''

ज्ञानबिंदू

- संपत्तीची निर्मिती ही आर्थिक व्यवहार आणि महसूल गोळा करण्यापेक्षा खूप वेगळी गोष्ट आहे. माणसाच्या प्रयत्नाने ती साध्य होते.
- संपत्तीची निर्मिती करण्याच्या मुळाशी जी माणसे असतात त्यांना त्यांच्या मेहनतीचा योग्य मोबदला मिळाला पाहिजे.
- राष्ट्राला श्रीमंत व्हायचे असेल तर अधिकाधिक लोकांनी देशासाठी काम करण्यात स्वतःला गुंतवून घेतले पाहिजे.

पाठ दोन

मूक शिक्षा

आचार्य नीती

ग़ि ज्ञान असले पाहिजे.

दुसऱ्या प्रकारची शिक्षा दोन प्रकारच्या असतात. पहिली म्हणजे जेव्हा व्यक्तीला ठाऊक असते की तिला शिक्षा केली जात आहे, आणि दुसरी म्हणजे जेव्हा तिला ते ठाऊक नसते. या दोन्ही प्रकारच्या शिक्षांचा उपयोग कधी करायचा याचे राजालशक्षा; 'मूक शिक्षा' हे एक कारस्थान असते. थोड्याच मंडळांना ते ठाऊक असते आणि फारच थोड्या मंडळीना ते समजते. चाणक्यांच्या म्हणण्यानुसार कमीतकमी, जाणकार मंडळींच्या हाती ते अस्त्र असावे.

आचार्य कथा

एके दिवशी चाणक्यांना चंद्रगुप्त फार चिंतेत असलेला दिसला.

''राजा, तुला कसली चिंता भेडसावत आहे?'', चाणक्यांनी विचारले.

''मी आपल्या एका मंत्र्याविषयी चिंतेत आहे. तो विचित्र वागू लागला आहे आणि त्याचे काय करावे हे मला समजत नाही.''

''नक्की काय समस्या आहे?'', चाणक्यांना प्रत्येक समस्येवर उपाय ठाऊक होता.

''आचार्य, हा मंत्री माझ्या गळ्यात अडकलेल्या काट्यासारखा झाला

आहे. तो मला गिळताही येत नाही आणि टाकताही येत नाही. मी काहीही केले तरी तो मला अधिकाधिक त्रास देऊ लागला आहे. पूर्वी तो प्रामाणिक आणि विश्वासू होता. म्हणून मी त्याला बढती दिली. तो चांगले काम करीत राहिला म्हणून मी त्याला मंत्री केले आणि माझ्या दरबारातील सल्लागारांत तो महत्त्वाच्या स्थानावर आहे.''

चाणक्यांना आश्चर्य वाटले, ''हे तर चांगले आहे. कष्टाळू व प्रामाणिक लोकांना प्रोत्साहन दिलेच पाहिजे. तुझ्या कृतीत मला काहीच चुकीचे दिसत नाही.''

''आचार्य, खरी समस्या यापुढे सुरू झाली. एके काळी अचूक काम करणाऱ्या त्या माणसाच्या चुकाच चुका होत आहेत. पूर्वी कार्यक्षम आणि विश्वासू असलेला हा माणूस आता आळशी मूर्ख व भ्रष्ट झाला आहे.''

'असे आहे तर'', चाणक्यांना अशी परिस्थिती नवीन नव्हती. ''मग समस्या काय आहे? तूच त्याला सत्ता व हे पद दिलेस. तूच ते काढून घे. तुला कोण रोखणार? तू राजा आहेस.''

''ते तितकेसे सोपे नाही. तो आता राज्यात महत्त्वाचे पद भूषवितो. त्याला बऱ्याच गुप्त गोष्टींची माहिती आहे – जसे की राष्ट्रीय गुपिते, सैन्याचे डावपेच आणि अगदी माझी वैयक्तिक माहितीही. सुरुवातीला माझे इतर मंत्री त्याच्याविषयी तक्रारी करायचे तेव्हा मी दुर्लक्ष केले. पण पुढे त्यांची संख्या व गांभीर्य वाढू लागल्याचे माझ्या निदर्शनास आले....मला काय समजले ठाऊक आहे?''

चंद्रगुप्ताच्या चेहऱ्यावर दुःख आणि अविश्वास दाटून आला. ज्याला मी आदर्श मंत्री समजत होतो त्या या माणसाने हर प्रकारे सत्तेचा दुरुपयोग केला. त्याने सरकारी पैशांची अफरातफर केली, स्त्रियांच्या नादी लागला आणि त्याच्यावर राजद्रोहाचाही आरोप आहे. हे चालणार नाही व खपवून घेतले जाणार नाही, असे मी त्याला स्पष्ट बजावले.

त्यावर त्याने उत्तर दिले, "महाराज तुम्ही मला पदच्युत केलेत तर मी तुम्हालाही सोडणार नाही. सर्व राजकीय गुपिते मी उघडी करीन. तुमची सर्व गुपिते शत्रुपर्यंत पोहोचतील आणि ते तुमचा व राज्याचा खातमा करतील."

चंद्रगुप्त हडबडून गेला होता. "आचार्य, मी काय करू?"

"त्याचा वध कर."

"पण कसे? लोकांना तो अजूनही प्रामाणिक वाटतो. त्यामुळे सर्व डाव माझ्यावरच उलटेल."

"या परिस्थितीत तू उघडपणे काही करू शकणार नाहीस. म्हणून तू मूक शिक्षा दिली पाहिजेस चाणक्यांच्या चेहऱ्यावर गंभीर भाव होते." चंद्रगुप्ता, या माणसाला काय करायला आवडते अश्या गोष्टींची यादी मला दे."

"त्याला चांगले अन्न आणि मेजवान्या आवडतात. त्याला शिकारीचाही नाद आहे."

दुसऱ्याच दिवशी त्या मंत्र्याला शेजारच्या राजाच्या दरबारातून खलिता आला. जंगलात शिकारीला येण्याचे आमंत्रण होते ते......मेजवानी आणि उत्तम शिकाऱ्यासाठी पारितोषिकासह.

स्वार्थी मंत्र्याला इतक्या उत्तम संधीचा अव्हेर करता आला नाही आणि तो नियोजित स्थानी पोहोचला. जंगलातून तो कधीच परत आला नाही. काही दिवसांनी त्याचे प्रेत मिळाल्यावर चाणक्यांनी चंद्रगुप्ताला कळविले.

"नागरिकांना सांग की तू तुझा उत्तम मंत्री, सल्लागार आणि मित्र गमावला आहेस. त्याला जंगली श्वापदांनी ठार मारले. तुझ्या शब्दांवर कोणी अविश्वास दाखवणार नाही – तरीही संपूर्ण विश्वास बसण्यासाठी त्याच्या शरीरावर प्राण्यांच्या हल्ल्याच्या पुरेशा खुणा मात्र असू देत."

नंतर ते म्हणाले, "नागरिकांच्या मनात तो प्रामाणिक होता अशीच प्रतिमा असू दे. सत्य फक्त तुला व मला माहित असावे." चंद्रगुप्ताने सुटकेचा निश्वास सोडला. त्याची समस्या सुटली होती.

ज्ञानबिंदू

- सत्ता आणि पदाची हवा डोक्यात शिरू शकते. अगदी प्रामाणिक आणि कष्टाळू माणसेही त्याचा दुरुपयोग करू शकतात.
- एक उपाय चालला नाही, तर दुसरी पद्धत वापरा.
- तुमची गुपिते कधीच कोणाला सांगू नका. काही रहस्ये गुलदस्त्यात असलेलीच बरी.

पाठ तीन

आयुष्याची किंमत

आचार्य नीती

मानवी जन्म हा मोठा चमत्कार आहे. उच्च उद्दिष्ट्ये प्राप्त करण्यासाठी आणि इतरांची सेवा करण्यासाठी आपण देवाने दिलेल्या या अमूल्य संधीचा उपयोग केला पाहिजे. परंतु बहुतेक माणसे जीवनाचे खरे मूल्य ओळखत नाहीत आणि त्याचा गैरवापर करतात अथवा फुकट घालवतात. आपल्याला हे समजले पाहिजे की केवळ मानवी शरीर आणि बुद्धीच्या जोरावरच या जगात आपण अनेक गोष्टी प्राप्त करू शकतो.

आणि म्हणून आत्महत्या करण्यासारखी दुर्दैवी गोष्ट नाही. अत्यंत मौल्यवान दैवी भेटीला उधळून देण्याचा या भयंकर मार्ग आहे. अनेक देशांत आत्महत्या करणे अपराध मानला जातो.

मानवी शरीराच्या पावित्र्यावर चाणक्यांचा दृढ विश्वास होता.

आचार्य कथा

एके दिवशी राजाच्या असे निदर्शनास आणले गेले की राज्यातील आत्महत्येचे प्रमाण खूपच वाढले आहे. यासंबंधाने काय कृती करावी यावर विचारविमर्श करण्यासाठी त्याने मंत्रीपरीषद बोलवली आणि चाणक्यांना आमंत्रित केले.

पहिला प्रश्न विचारला गेला, ‘‘या आत्महत्यांचे कारण काय?’’

‘‘काहींचे कारण कर्जबाजारीपणा आहे.. तर काही जण प्रगतीची संधी

नसल्याने जीव देत आहेत.''

''ही गंभीर समस्या आहे. आपल्याला आर्थिक विकास आणि नागरिकांसाठी दर्जेदार जीवनशैली उपलब्ध करून दिली पाहिजे. आपण अर्थशास्त्रज्ञांचा एक गट स्थापन करूया – लोकांचे आर्थिक सक्षमीकरण करण्यासाठी ते काही धोरणे सुचवू शकतील.'' ''काही इतर करणे आहेत का आत्महत्यांची?''

''माझ्या माहितीप्रमाणे तरी नाहीत''..., चंद्रगुप्त म्हणाला.

''आहेत...'', चाणक्य विचारपूर्वक बोलले. ''आणि ती तुझ्यापर्यंत कधीच पोहोचणार नाहीत. जीवनाचाच वैताग येणे, मानवी प्रयत्नांचा त्याग करणे आणि आपल्या अपयशांसाठी व वैफल्यासाठी इतरांना दोष देणे इत्यादी.'' दुर्दैवाने त्यांचे म्हणणे खरे होते.

ते पुढे सांगू लागले, ''काही वेळा इतर माणसे आपल्या नैराश्याला कारणीभूत असतात. परंतु परिस्थितीपासून दूर पळण्यात कोणता शहाणपणा आहे? आपल्या मागच्या लोकांचा विचार न करता ही माणसे आत्महत्या करीत आहेत. इतके बेजबाबदार कसे वागू शकतात हे लोक?''

चंद्रागुप्ताकडे वळून ते म्हणाले, ''ही समस्या सोडविण्यासाठी आपल्याला नवा कायदा केला पाहिजे. आत्महत्या केलेल्या व्यक्तीचे अंतिम संस्कार केले जाणार नाहीत. कोणतेही धार्मिक कार्य न करता त्याचे प्रेत दफन केले जाईल.''

मंत्रिमंडळाला धक्का बसला. नागरिक देवधर्म मानणारे होते आणि परंपरांना त्यांच्या मनात मोठे स्थान होते.

''पण प्रत्येक मृतात्म्याला सद्गती दिली पाहिजे. त्याच्या कुटुंबीयांनी शेवटचे कार्य केले पाहिजे. आपल्या संस्कृतीच्या विरुद्ध कसे जाता येईल?''

''खरे आहे...पण आत्महत्या करणाऱ्या माणसाला सुसंस्कृत कसे

मानता येईल? खरे तर त्याला आपली संस्कृती कळलीच नाही. आपल्या पार्थिव शरीराच्या माध्यमातून आपण अमरत्वाकडे-परमात्म्याकडे जातो. मग हे माध्यम बेजबाबदारपणे नष्ट करणे मोठे पातकच नाही का?''

मंत्री आणि राजालाही हे पटले नाही.

आपण एकटेच यावर निर्णय घेऊ शकत नाही, हे जाणून चाणक्यांनी आवाहन केले, ''काही काळासाठी या कायद्याची अंमलबजावणी करून पाहू. उपयोगी ठरला, तर आपण तो जारी ठेऊ. नाहीतर दुसरे काही उपाय शोधू.'' अश्याप्रकारे तो कायदा प्रायोगिक तत्वावर राबविण्यात आला. एका महिन्यानंतर परिणामांची चर्चा करण्याकरिता मंत्रीपरीषद पुन्हा बसली.

''आचार्य...कायदा खूपच प्रभावी ठरला आहे. अनपेक्षितरीत्या तो फारच परिणामकारक ठरला आहे. आत्महत्यांच्या संख्येत झालेली मोठी घट हे दाखवून देते की आपली योजना यशस्वी झाली आहे.'', एक मंत्री म्हणाले.

''आपण आत्महत्येच्या कारणांवर काही उपाययोजना केल्या आहेत का?'' चाणक्यांना त्यावर स्पष्टीकरण हवे होते.

''आपण पूर्वी चर्चा केल्याप्रमाणे गरीबांना त्यांची आर्थिक देणी मिळत नव्हती. कामगारांना उत्तेजन भत्ते देऊन आम्ही अनेक आर्थिक कारणांचे निराकरण करण्यास सुरुवात केली आहे.'' एक मंत्री म्हणाले.

दुसरे मंत्री म्हणाले, ''आपल्याला आत्मपरीक्षण करणेही आवश्यक होते- आणि आम्हाला असे आढळले की आपल्या आर्थिक धोरणांमध्ये प्रचंड बदल करणे गरजेचे आहे. आम्ही ते काम आता हाती घेतले आहे.''

तिसरे मंत्री म्हणाले, ''लोकांना भ्रष्टाचारामुळे त्यांची देणी मिळत नव्हती. आम्ही त्याचेही समूळ उच्चाटन करणार आहोत.''

''नव्या कायद्याविषयी लोकांची काय प्रतिक्रिया होती?''चाणक्यांना उत्सुकता होती.

सगळेजण हसू लागले. ''मृत्यूपेक्षाही लोकांना मृत्यूपश्चात आपल्या शरीराचे काय होते याचीच अधिक भीती वाटते, याची आम्हाला मौज वाटली. अंत्यसंस्कार केले जाणार नाहीत असे जाहीर केल्यावर लोकांनी आत्महत्येचा विचारही करणे सोडून दिले आहे.''

चाणक्य सहमत होत पुढे म्हणाले, ''कधीकधी माणसाला जगण्यास भाग पडण्याचा सर्वोत्तम मार्ग असा असतो की त्याला मृत्यू हे समस्येवरील उत्तर नाही हे समजाविणे. जगण्यासाठी एक जरी कारण असले तर आत्महत्येचा विचार मनात आणू नये.''

ज्ञानबिंदू

- ◆ आत्महत्या ही सर्व समाजाची समस्या आहे.

- ◆ कठीण परिस्थितीचा निर्धाराने सामना करावा. आत्महत्या हे उत्तर नाही; पळवाट आहे.

- ◆ मृत्यूपेक्षा लोकांना मृत्युपश्चात शरीराचे काय होते याची अधिक भीती वाटते. भौतिक जगापासून अलिप्त राहायला शिका.

पाठ चार

आपल्या करांचा भरणा करा

आचार्य नीती

प्रत्यक्ष आणि अप्रत्यक्षरीत्या सरकार कर गोळा करते. परंतु अनेक कारणांसाठी लोकांना कर भरणे आवडत नाही. काहीना आपला कष्टांचा पैसा सरकारला द्यावासा वाटत नाही; काहींना असे वाटते की दानधर्म करून आपण पैशांचा चांगला विनियोग करू शकतो तर काहींना असे वाटते की सरकार भ्रष्ट आहे आणि म्हणून कर भरण्याची गरज नाही.

काहीही कारणे असोत. कर भरणे तुम्ही टाळू शकत नाही.

आचार्य कथा

दरबारात एकदा चाणक्य म्हणाले,

''सर्वप्रथम आपली कर धोरणे मैत्रीपूर्ण असली पाहिजेत.''

एक तज्ञ म्हणाले, ''परंतु आचार्य, लोक प्रामाणिकपणे कर भरत नाहीत.''

''म्हणूनच मी म्हटले की कर धोरणे प्रजेसाठी मैत्रीपूर्ण असली पाहिजेत. लोकांना कर भरावेसे वाटले पाहिजेत.''

दुसऱ्या माणसाने विचारले, ''पण लोक आनंदाने कधी कर भरतील का?''

सर्वांच्याच चेहऱ्यावर हा प्रश्न वाचता येत होता. ''हे कधीतरी शक्य आहे का?''

गुरूंनी त्यांना एक सुंदर उपमा सांगितली. ''ज्याप्रमाणे मधमाशी मध गोळा करते, त्याचप्रमाणे आपण कर गोळा केले पाहिजेत. मधमाशी प्रत्येक फुलाकडे जाऊन मध गोळा करते. परंतु नाजूक फुलाला ती हानी पोहोचवत नाही. प्रत्येक फुलात किती मधाचा साठा आहे याचा ती प्रथम अंदाज घेते आणि मग त्यातील छोटासा भाग काढून घेते. मग ती दुसऱ्या फुलाकडे जाऊन पुन्हा तेच करते. अश्याप्रकारे ती फुलांतील मधाचा साठा न संपविता आपल्याला हवा तेवढा मध गोळा करते. यापासून आपण काय शिकतो?''

चंद्रगुप्त म्हणाला, ''प्रत्येकाकडून आपण थोडासाच मध घेतला तर सर्वजण संतुष्ट राहतील.''

चाणक्यांचे तरीही समाधान झाले नाही. ''मधमाशी मध घेऊन आनंदित होते...परंतु फुलाचे काय?''

सर्वजण एकमेकांकडे पाहू लागले. फुलाला कोणता फायदा होईल? सरकार कर गोळा करते त्याप्रमाणे मधमाशी मध फुलांतून शोषून घेते.

फुलाचाही फायदा होतो. चाणक्यांनी स्पष्ट केले, ''फुलांतील परागकण पुनरुत्पादनासाठी असतात. पुनरुत्पादन होण्यासाठी ते एका ठिकाणाहून दुसरीकडे न्यावे लागतात. फुले एकाच जागी स्थिर असल्याने त्यांना वाहकांची आवश्यकता असते.''

मंत्र्यांना आता समजले. मधमाशी एका फुलाकडून दुसऱ्या फुलाकडे परागकण वाहून नेण्याचे माध्यम आहे.

सर्वांच्याच हिताची गोष्ट आहे ही. हा एक प्रतिकात्मक नातेसंबंध आहे – आपापल्या अस्तित्वासाठी ते एकमेकांवर अवलंबून आहेत.

''आचार्य...,आपल्या करविषयी धोरणात याचा कसा बरे उपयोग करावा?''

''सर्वप्रथम श्रीमंत व्यक्तींचे उदाहरण घेऊ. ते धनवान आहेत कारण ते उत्पादन करतात आणि देशासाठी संपत्तीची निर्मिती करतात. त्यांना त्रास

न देता कर बसविला पाहिजे. त्यांनी दिलेल्या कराच्या बदल्यात त्यांना संपत्ती निर्मितीच्या अधिक संधी उपलब्ध करून दिल्या पाहिजेत. त्यामुळे ते आनंदी होतील.''

राजाने विचारले, ''मग गरिबांचे काय?''

''कर भरण्याइतपत ते उत्पादक होतील अशी आपण व्यवस्था केली पाहिजे.'' आचार्य म्हणाले. ''गरीब माणसाला गरिबीत मरणे कधीच आवडणार नाही. त्याला कष्ट करण्याची आणि स्वतःसाठी संपत्ती निर्माण करण्याची संधी उपलब्ध करून दिली पाहिजे. नंतर त्यांच्यापाशी पुरेसे पैसे आल्यानंतर त्यांच्यावर योग्य कर बसविला पाहिजे. आपण सर्वांवर कर बसविला तर प्रत्येकजण अधिक कमविण्याचा प्रयत्न करील. मधमाशीप्रमाणे आपण प्रत्येकाकडून थोडा थोडा कर गोळा करत राहिले पाहिजे, यातच सर्वांचे हित आहे.''

सर्वजण चाणक्यांचे बोलणे काळजीपूर्वक ऐकत होते. ''दुसरी महत्त्वाची गोष्ट...पारितोषिके आणि कौतुक करून आपण करदात्यांचा आदर केला पाहिजे. देशासाठी संपत्ती निर्माण करण्याच्या त्यांच्या प्रयत्नांची दखल घेतली पाहिजे. त्यांच्या कराचा विनियोग गरिबांच्या फायद्यासाठी कसा झाला, हेसुद्धा त्यांना वेळोवेळी सांगितले पाहिजे. त्यामुळे त्यांना कर भरण्यास आनंद होईल.''

ज्ञानबिंदू

◆ कर भरायला कोणालाच आवडत नाही. मात्र लोकांना त्याबाबत चांगले वाटायला लावले तर ते अधिकाधिक कर भरतील.

◆ करप्रणाली सर्वांचे हित जपणारी असावी. मधमाशीप्रमाणे सरकारने करदात्यांसाठी संधी उपलब्ध करून द्याव्यात.

◆ सर्वात अधिक कर भरणाऱ्यांचे कौतुक केले तर इतर लोकांना अधिकाधिक कर भरण्यास प्रोत्साहन मिळेल कारण त्यांना समाजात मानाची वागणूक मिळेल.

पाठ पाच

गाजावाजाविना पैशांची वसुली

आचार्य नीती

एखाद्याकडे पैसे नसतील तर त्याने काय केले पाहिजे ?

व्यक्ती आणि सरकारलाही ही समस्या भेडसावत असते.

सर्वोत्तम नियोजन आणि प्रयत्न करूनही कधी कधी अशी परिस्थिती उद्भवते की आपल्याकडचे पैसे संपून जातात. आणि अश्या प्रसंगांना काहीच उत्तर नसल्याने हताश वाटते.

परंतु चाणक्यांच्या मते कोणत्याही प्रश्नावर असंख्य उत्तरे असतात.....आपल्याला फक्त ती शोधावी लागतात.

आचार्य कथा

महसूल मंत्र्यांनी चंद्रगुप्ताला विचारले, ‘‘महाराज, राज्याच्या काही भागांत प्रचंड दुष्काळ पडला आहे. आपण काय केले पाहिजे ?’’

‘‘आपल्या गोदामांत काय उपलब्ध आहे ?’’, चंद्रगुप्ताने विचारले.

‘‘फारसे काही नाही...या वर्षी अवर्षणामुळे आपण फारसा कर गोळा करू शकलो नाही. खजिन्यातील जमेवर फारतर दोनेक महिने काढता येतील – पगार द्यायचे आहेत, राजवाड्याची डागडुजी करायची आहे आणि इतर सर्व चालू प्रकल्पांसाठी पैशाची आवश्यकता आहे. आणि आपल्याला दुष्काळग्रस्त भागासाठी काही पैशांची तजवीज करावी लागेल.’’

''आता आपण काय करावे?''

चंद्रगुप्त आणि मंत्री या समस्येवर विचार करीत असताना, पर्यायी उत्तरे शोधण्यात तज्ज्ञ असलेले चाणक्य खोलीत दाखल झाले. नेहमीप्रमाणे त्यांच्यापाशी उत्तर तयार होते.

''आपल्याला कोणताही गाजावाजा न करता पैशाची वसुली करण्याचे तंत्र अवलंबले पाहिजे.'' चाणक्यांच्या या तंत्राबद्दल कोणाला फारशी माहिती नव्हती, कारण त्यांनी ते कोणालाही सांगितले नव्हते. परंतु आज ते सांगायचीच नव्हे तर उपयोगात आणण्याचीही वेळी आली होती.

सरकारची थकबाकी नेहमीच प्रचंड मोठ्या प्रमाणावर असते. परंतु आणीबाणीच्या प्रसंगात ती सत्वर व कौशल्याने वसूल करता येते.

''आचार्य, ते कसे करावे?''

''अशा काळात काही ठराविक माणसांचा उपयोग करावा लागतो. ते सरकारच्या पगारपत्रकावर असतात. परंतु आदेश मिळाल्याशिवाय कृती करीत नाहीत. ते आपले शांत योद्धे असतात. आपल्यासाठी लढायला ते सिद्ध असतात; परंतु सर्व पर्याय संपल्याशिवाय त्यांचा उपयोग करता येत नाही.''

चाणक्यांनी चंद्रगुप्ताला नंतर एकांतात भेटायला सांगितले. रात्री चंद्रगुप्त चाणक्यांच्या कुटीमध्ये आला, तेव्हा तेथे आणखी तीन माणसे होती. ते त्यांना काही प्रश्न विचारीत होते. चंद्रगुप्ताला पाहून त्यांनी त्या लोकांना बाहेर जाण्यास सांगितले. मग ते राजाकडे वळले.

''मी अनेक हेर बाळगले आहेत. हे तीन त्यांतील सर्वोत्तम आहेत. अनौपचारिक अर्थव्यवस्था कशी चालते याची त्यांना उत्तम माहिती असते आणि अगदी थोड्या वेळात ते सरकारची तिजोरी भरू शकतात.''

आचार्य काय करीत होते, ते चंद्रगुप्ताला अजूनही समजेना. परंतु त्याने धीर धरून निरीक्षण करण्याचे ठरविले.

''मी त्यांतील प्रत्येकाला वेगवेगळा भेटून त्यांना त्यांची उद्दिष्ट्ये व रणनीती समजावून सांगणार आहे.'', ते चंद्रगुप्ताला म्हणाले.

आणि त्यांनी तसे केले. सर्वप्रथम ते व्यापारी समाजात काम करणाऱ्या व्यक्तीला भेटले. चाणक्यांनी सुरुवात केली, ''दुष्काळावर मात करण्यासाठी पुरेसे धान्य कोठे उपलब्ध होईल?''

''आचार्य, ही घ्या त्या २० व्यापाऱ्यांची यादी, ज्यांनी शेतकऱ्यांकडून धान्य चोरून आपल्या कोठारांत लपवून ठेवलेले आहे. हे फार धूर्त व्यापारी असून त्यांनी सरकारी अधिकाऱ्यांनाही लाच दिलेली आहे. दुष्काळी परिस्थितीमध्ये ते आता हे धान्य काळाबाजारात चढ्या भावाने विकतील.''

क्षणभर विचार करून चाणक्य म्हणाले, ''मी तुला तीन सरकारी अधिकारी आणि २० सैनिकांची तुकडी देतो. त्यांच्यावर छापा मार आणि या कारवाईची गुप्तता बाळग. सर्व धान्य जप्त कर. तीन दिवसांत ते सरकारी गोदामांत दाखल झाले पाहिजे.''

होकारार्थी मान हलवत तो तेथून निघून गेला.

आचार्यांनी दुसऱ्या व्यक्तीला विचारले, ''सावकारी धंदा कसा चालला आहे?''

त्याच्या उत्तराने चंद्रगुप्तालाही धक्का बसला.

''आचार्य, त्यांचा धंदा तेजीत आहे. लोक आर्थिक अडचणीत असतात तेव्हा सावकार त्यांना तीन ते चार पट व्याज लावतात. खोटी नाणी देऊन त्यांना फसवतात सुद्धा. १०० जण आहेत असे.''

प्रत्येक सावकारावर कारवाई करायला चाणक्यांना वेळ नव्हता. कसेही करून सरकारी खजिन्यात लवकरात लवकर पैसा पोहोचणे आवश्यक होते.

''ठीक आहे...एका खेड्यातील धाडसी मुलगा माझ्या माहितीत आहे. त्याला सर्वात मोठे तीन भ्रष्ट सावकार दाखव. तो त्यांची हत्या

करेल. ते झाले की त्याची प्रसिद्धी करा. या अपराध्यांना धडा शिकविला पाहिजे. एकदा का मृत्यूची दहशत बसली, की सर्व सावकार स्वतः होऊन पुढे येतील व आपल्या संरक्षणासाठी तिजोरीत पैसे भरतील.''

आता तिसऱ्या माणसाची पाळी होती. त्याच्याकडे बोट दाखवीत आचार्य म्हणाले, ''हा माझा सर्वात उत्तम माणूस आहे. त्याच्यापाशी सरकारातील भ्रष्ट अधिकाऱ्यांची यादी आहे.'' त्यांची नावे जाहीर झाल्यावर चाणक्य म्हणाले, ''महाराज, तुम्ही स्वतः या माणसांना भेटा आणि त्यांना योग्य ती शिक्षा द्या. आपले नाव बदनाम होण्याच्या भीतीने ते तुम्हाला सत्वर सर्व माहिती देतील.''

घड्याळाच्या काट्याप्रमाणे चाणक्यांची योजना चालली. शेवटी पाऊसही पडला. त्यानंतर राज्यातील परिस्थिती हळूहळू पूर्वपदावर आली. तोवर आपल्या गुरूंच्या कृपेने चंद्रगुप्ताला नैसर्गिक आपत्तींना तोंड देण्याचा धडा मिळाला होता.

ज्ञानबिंदू

- कोणत्याही परिस्थितीला आणीबाणीची स्थिती समजू नये. शांत डोक्याने विचार करून प्रत्येक प्रश्नाचे उत्तर शोधता येते.
- देशात औपचारिक आणि अनौपचारिक अर्थव्यवस्था अस्तित्वात असतात. औपचारिक अर्थव्यवस्था प्रगती करू लागते, तेव्हा नेत्याने अनौपचारिक अर्थव्यवस्थेवर डोळे व कान उघडे ठेऊन लक्ष ठेवले पाहिजे.
- कठीणातकठीण समस्येवर तुमचे स्वतःचे लोक तुम्हाला उपाय सुचवू शकतात. आपल्या हेरांचा योग्य उपयोग करा.

पाठ सहा

स्त्रियांचा रोजगार

आचार्य नीती

चाणक्यांच्या काळात स्त्री सक्षमीकरण हा विषय कसा बरे चर्चिला जात असेल, असे कोणालाही वाटेल कारण ही संकल्पना आधुनिक काळातील आहे. परंतु आपल्या पुरातन ग्रंथांत स्त्री सक्षमीकरणाचे-विशेषतः स्त्रियांच्या रोजगाराचे अनेक संदर्भ ठायी ठायी आहेत. देशाच्या विकासासाठी स्त्रियांना शिक्षण आणि रोजगार देणे अत्यंत आवश्यक आहे.

आपल्या देशाला स्त्रीशक्तीचा सार्थ अभिमान आहे. त्यांना शक्ती-म्हणजे सबल मानले जाते. ज्या आद्य भारतीय विचारवंतानी स्त्रियांना रोजगारासाठी प्रोत्साहन दिले त्यांमध्ये चाणक्यांचा समावेश होतो. आजही आपण या सोनेरी भूतकाळाला पुनरुज्जीवित केले पाहिजे.

आचार्य कथा

चाणक्य आणि चंद्रगुप्त देशाच्या स्थितीविषयी विचारविमर्श करीत होते.

चिंतीत गुरूंनी म्हटले, ''स्त्रियांच्या स्थितीबद्दल आपल्याला काहीतरी केले पाहिजे.''

''का आचार्य? समस्या काय आहे? आपण स्त्रियांचा आदर करतो आणि त्या आपल्या राज्यात सुरक्षित आहेत. तुम्हाला कसली चिंता वाटते?''

चाणक्य उत्तरले, ''आपल्या समाजात स्त्रियांचे स्थान चांगले आहे हे खरे असले तरी मला ते आणखीन उत्तम करायचे आहे. ते पुढे म्हणाले, स्त्रियांचा

आदर तर केलाच पाहिजे. परंतु त्यांना त्यांच्या कामाचा मोबदलाही मिळाला पाहिजे.''

फक्त चाणक्यांनाच आपले शब्द समजत असत, असे वाटे. परंतु ते सोप्या भाषेत दुसऱ्याशी संवाद साधू शकत आणि त्यांनी तसे केले.

मला सांग – 'तू कोणत्या स्त्रीचा सर्वाधिक आदर केला आहेस?'

क्षणाचाही विलंब न लावता चंद्रगुप्त म्हणाला, ''अर्थात माझी आई!''

''तिला तू किती मोबदला देतोस?''

''मोबदला? आचार्य, ती राजमाता आहे! सर्व काही तिच्या अधिपत्याखाली आहे. तिला पैशांची काय गरज?'', मुलगा अभिमानाने म्हणाला.

चाणक्य हसले, ''आणि तू म्हणतोस, स्त्री सक्षमीकरण झाले आहे! राजमातेला केवळ सत्ता व पद असून चालत नाही, तिला आर्थिक स्वातंत्र्यसुद्धा मिळाले पाहिजे.''

चंद्रगुप्ताने फारसे न समजून फक्त होकारार्थी मान हलविली.

''तुझ्या राण्यांचे काय?'', चाणक्यांना माहिती हवी होती.

''माझ्या राण्या? त्यांना पैशांची आवश्यकता नाही. कारण त्यांना हव्या त्या सर्व गोष्टी त्यांच्या दिमतीला हजर आहेत!''

''आपल्या संस्कृतीत स्त्रीयांना देवी लक्ष्मीचे मानवी रूप मानले जाते – संपत्ती आणि भरभराटीचे प्रतिक! परंतु हा दर्जा केवळ शाब्दिक आहे असे दिसते. तो व्यवहारातही दिसला पाहिजे.''

चाणक्यांनी मग त्याला एक कृतीयोजना सांगितली. पुढच्या वेळी जेव्हा तू सरकारी कर्मचाऱ्यांना वेतन देशील तेव्हा त्यात दोन व्यक्तींचाही समावेश कर. राजमाता आणि पट्टराणी. विश्वास ठेव, या निर्णयाचा खोलवर परिणाम होईल.

चंद्रगुप्ताने विनातक्रार हे मान्य केले, तरीही त्याला एक शंका होतीच

दोघांनाही पगार देण्याची काय आवश्यकता आहे? एकीलाच वेतन देणे पुरेसे नाही का? त्यानेही सक्षमीकरण होईलच की.

स्मित करीत आचार्यांनी स्पष्टीकरण दिले, ''तू एकीलाच वेतन दिलेस, तर दुसरीला कसे वाटेल? एका स्त्रीने तुला जन्म दिला, तुझे संगोपन केले आणि जगाला तोंड द्यायला तुला समर्थ बनविले. दुसरीने तुझ्यासाठी स्वतःच्या कुटुंबाचा, गृहाचा त्याग केला आणि तू करशील त्या प्रत्येक कृतीत तिची साथ असते. एकीलाच पाठींबा देणे पुरेसे नाही. तू दोघींचेही सक्षमीकरण केले पाहिजेस.''

चंद्रगुप्ताने ऐकले आणि त्या महिन्यात राजमाता आणि पट्टराणी मोठी रक्कम प्राप्त झाल्याने खूप आश्चर्यचकित झाल्या. चाणक्यांनी हे कल्पना मांडेपर्यंत त्यापैकी कोणालाच आपले मूल्य समजले नव्हते.

चाणक्यांनी राजाला विचारले, ''तर मग काय वाटले त्यांना?''

चंद्रगुप्त प्रभावित होऊन म्हणाला, ''तुमची कल्पना मस्त आहे. मी त्यांना याआधी कधीच इतके आनंदी पाहिले नव्हते.'' परंतु चाणक्य त्याच्याशी पूर्णतः सहमत नव्हते.

''त्यांच्या आनंदाचे कारण केवळ पैसे नाहीत. या स्त्रिया तुला चांगला सल्ला देतात – तोही फुकट. तुला वेगळे दृष्टीकोन देऊन तुझ्या नियोजनात मदत करतात. पण याच कामासाठी आपण फक्त आपल्या मंत्र्यांना वेतन देतो. स्त्रीची बुद्धी प्रत्येक समस्येमध्ये वेगळा पैलू मांडते. पण आपण त्यांना गृहीत धरतो. कित्येकदा त्यांना आपण चर्चेत भाग घेण्यापासून रोखतो. स्त्रिया केवळ स्वयंपाकघरातच योगदान देऊ शकतात, हा भ्रम आहे. स्त्री ही संपूर्ण व्यक्ती आहे – तिच्या स्वतंत्र प्रज्ञा आणि सहज-प्रेरणेसह पूर्ण!''

यानंतर चंद्रगुप्ताने राज्यातील अनेक विषयांवर आपल्या आईचे आणि राण्यांचे मत घेण्यास सुरुवात केली. विचार आणि ज्ञानाच्या पातळीवर दृष्टिकोनातील बदलामुळे राज्याच्या ऐश्वर्यात भर पडली. पुढच्या बैठकीत तर चंद्रगुप्ताला अधिक काय करता येईन हे समजून घ्यायची उत्सुकता

होती, ''आचार्य, स्त्रीयांना रोजगार देण्यासाठी आपल्याला आणखी काय करता येईल?''

गुरुंनी सुचविले, ''अर्थव्यवस्थेला मदत करण्यासाठी असा उद्योग उभारुया ज्यामध्ये केवळ महिलांनाच सामावून घेतले जाईल.''

तेथे उपस्थित असलेल्या एका वरिष्ठ अर्थशास्त्रज्ञाने सुचविले,''आम्ही वस्त्रउद्योगाचा विस्तार करण्याचा विचार करीत होतो. त्यामध्ये मोठ्या प्रमाणावर कुशल कारागिरांची गरज भासते. या क्षेत्रात स्त्रियांची भरती केली तर?

चाणक्यांना ही कल्पना आवडली. ''उत्तम सूचना! लगेचच तिची अंमलबजावणी करूया. वृद्ध स्त्रिया, विधवा आणि कुटुंबाला हातभार लावणाऱ्या तरुण मुलींच्या सुरक्षिततेची संपूर्ण हमी घेणारे कायदे निर्माण करून आपण त्यांची काळजी घेऊया. आपल्यासाठी काम करणाऱ्या कोणत्याही स्त्रीचा फायदा घेण्याची हिम्मत पुरुषांना होता कामा नये.''

मग ते स्वतःशीच म्हणाले, ''केवळ स्त्रियाच आपल्याला प्रगतीच्या मार्गावर पुढे घेऊन जातील.''

ज्ञानबिंदू

- ◆ मोबदला देऊन केलेले काम ही सुद्धा आदर व्यक्त करण्याची पद्धत आहे. स्त्रीया आणि पुरुषांसाठी समान काम, समान वेतन हे सूत्र असले पाहिजे.

- ◆ स्त्रीया प्रत्येक गोष्टीचा-अगदी रणनीती आणि राजकारणाचाही - वेगळा पैलू समोर आणतात आणि त्यांच्या मताचा आदर केला पाहिजे.

- ◆ नोकरी करणाऱ्या स्त्रियांना सुरक्षित वाटले पाहिजे-त्यांना प्रतिकूल परिस्थितीत काम करावे लागू नये.

पाठ सात

शिक्षकाचा पुत्र

आचार्य नीती

समाजात शिक्षकांचा मोठा सन्मान केला जातो. त्यांच्या पोटी जन्म घेणे मोठी मानाची आणि भाग्याची बाब असते. घरातील सतत अध्ययनाच्या वातावरणामुळे मुद्दाम वेगळे प्रयत्न न करताही मुले अनेक गोष्टी शिकतात.

चणकाचा मुलगा असल्याने चाणक्यांना हे भाग्य लाभले होते. त्याचे पिता अत्यंत विद्वान शिक्षक होते. ते गाढ विचारवंत होते तसेच अर्थशास्त्र आणि राज्यशास्त्र या विषयांत पारंगत होते. त्यांनी केवळ आपल्या विद्यार्थ्यांनाच नव्हे तर सहयोगी शिक्षकांनाही प्रेरित केले होते. आपल्या घडत्या वयात चाणक्यांनी आपल्या वडिलांचा आदर्श बाळगला होता. साहजिकच ते पुढे त्यांच्या पदचिन्हांवर चालू लागले.

चाणक्यांनी विश्वविद्यालयात शिकविणे सोडून बरीच वर्षे झाली होती. नियतीने आणि दैवी शक्तीने राष्ट्र उभारणीच्या विशेष कार्यासाठी चाणक्यांची निवड केली होती. त्याचे यश आणि परिणाम अनेक पिढ्यांवर जाणवणार होता. आपल्याला युगपुरुष म्हटले जाईल याची चाणक्यांनी कल्पनाही केली नव्हती. त्यांनी अलेक्झांडरचा पराभव करून निर्माण केलेल्या राष्ट्राच्या सम्राटपदी चंद्रगुप्ताला विराजमान केले होते. त्यांनी निर्मिलेल्या कायद्यांमुळे व धोरणांमुळे राष्ट्र दीर्घ काळापर्यंत सबळ व सशक्त राहणार होते. परंतु लवकरच वानप्रस्थाची वेळ येणार होती.

आचार्य कथा

चाणक्य आपल्या आयुष्यावर चिंतन करीत बसले होते – त्यांचे जीवन बिलकूल सोपे नव्हते. त्यांच्या वाटेवर काटेच काटे पसरलेले होते. अनेक वेळा त्यांना स्वतःचा मार्ग निर्माण करावा लागला होता. आता मात्र त्यांना असे वाटत होते की त्यांची निवृत्तीची वेळ जवळ आलेली असून चंद्रगुप्ताला नव्या सल्लागाराची आवश्यकता आहे. आवश्यकता असेल तर ते नक्कीच धाऊन येणार होते; मात्र पूर्णवेळ जबाबदारी दुसऱ्यावर सोपवावी असे त्यांना वाटत होते. म्हणून त्यांनी योग्य व्यक्तीच्या शोधासाठी आपले जाळे पसरले.

त्यांची शोधमोहीम गुप्त असली तरी लोकांच्या नजरेत आलीच. आणि बातमी बाहेर फुटल्यावर वणव्यासारखी पसरली, 'आचार्य दरबारातील कामामधून निवृत्ती घेत आहेत.' लगेच ही बातमी चंद्रगुप्तापर्यंत पोहोचली आणि तो ताबडतोब आपल्या गुरूंच्या भेटीसाठी धावत आला.

"आचार्य, मी हे काय ऐकतो आहे? तुम्ही निवृत्त व्हायचा विचार करताय?"

चाणक्यांना खोटे बोलायचे नव्हते. "मी काही काळ याचा विचार करीत आहे. माझे येथील कार्य संपले आहे. तू सक्षम व सबल राजा आहेस. तुझ्या पुढील वाटचालीसाठी अनेक लोक मार्गदर्शन करण्यास सिद्ध आहेत." काही क्षण थांबून ते म्हणाले, "मला आता वर्गात परत गेले पाहिजे."

चंद्रगुप्ताने त्यांच्या पायावर डोके ठेवले. "आचार्य, तुमच्याविना मी राज्य कसे चालवू? मला सदैव तुमच्या मार्गदर्शनाची गरज भासणार आहे. नाहीतर माझे निर्णय चूक आहेत की बरोबर ते मला कसे समजणार? नाही आचार्य...तुम्हाला मी जाऊ देणार नाही. मला तुमची गरज आहे. राष्ट्राला तुमची गरज आहे."

परंतु चाणक्यांनी मान हलविली.

"चंद्रगुप्ता, तुला तसे वाटत नसले तरी तू आता पूर्ण तयार आहेस, असे मला वाटते. आठवतंय, काही काळापूर्वी तुझे काही सल्लागार तुला चुकीचे मार्गदर्शन करीत होते आणि तू माझ्याकडे यायचे थांबवलेस. तेव्हा तू पूर्ण तयार नव्हतास आणि म्हणून मीच तुझ्याकडे आलो. परंतु आज उलट परिस्थिती आहे. तुला वाटते की तू तयार नाहीस, परंतु मला खात्री आहे की तू तुझ्या पायांवर उभा राहण्यास समर्थ आहेस. माझ्या मुला, तू मोठा झाला आहेस आणि मला तुझा खूप अभिमान आहे. तुझे राज्य चिरायू होवो!" चंद्रगुप्ताला खोल विचारात टाकून चाणक्य खोलीबाहेर निघून गेले.

परंतु ते अजूनही राजप्रासादातून बाहेर पडण्याचे शेवटचे पाउल उचलण्यासाठी आपल्या आतल्या आवाजाची वाट पाहत होते. त्या रात्री त्यांच्या स्वप्नात त्यांचे वडील आले. प्रेममधुर आवाजात ऋषी चणक म्हणाले,

"मुला, मला तुझा खूप अभिमान वाटतो. मला भारत देशाला महान, शक्तिशाली आणि समृद्ध झालेले पाहण्याची खूप काळापासून इच्छा होती. परंतु माझ्या हयातीत ते घडू शकले नाही. परंतु माझ्या मुला, तू माझे स्वप्न साकार केले आहेस. माझी आणखीन एक इच्छा होती – या देशाची केवळ भौतिक भरभराट होऊ नये; अध्यात्मिक उन्नतीही व्हावी. तू माझी दोन्ही स्वप्ने साकार केलीस."

चाणक्यांना जाग आली तेव्हा त्यांना त्यांच्या जीवनाचे पुढील लक्ष्य समजले. त्यांनी मनात विचार केला, "बाबा, मी खरोखरीच जर तुमची स्वप्ने साकार करण्यासाठी काही केले असेल, तर मी स्वतःला फार भाग्यवान समजेन."

आणि मध्यरात्री चाणक्य राजवाड्यातून जंगलातील आश्रमाकडे निघाले. त्यांच्यासारख्या शिक्षकासाठी ती सुयोग्य जागा होती. त्यांच्या जीवनातील सर्वोत्तम कार्य अजून सुरू व्हायचे होते.

ज्ञानबिंदू

◆ शिक्षक केवळ शिकवीत नाहीत, तर ते करोडो लोकांच्या नियतीला आकार देतात.

◆ माणसाच्या आयुष्यातील एक उद्दिष्ट्य संपन्न झाले, तर त्याने डोळ्यासमोर आणखी उच्च लक्ष्य ठेवले पाहिजे.

◆ कधी बाहेर पडावे ते जाणायला शिका. आपल्या कृतीमधील अलिप्तता उच्च दर्जाच्या अध्यात्मिक भावाला जागृत होण्यास सहाय्य करते.

पाठ आठ

अनुभव समृद्धी

आचार्य नीती

आयुष्य आपल्याला बऱ्याच गोष्टी शिकविते. प्रश्न असा आहे, की शिकलेल्या धड्यांचे आपण काय करतो?

आपले अनुभव लोकांना सांगून त्यांचा फायदा करून द्यावा, एवढे आपण नक्कीच करू शकतो. आपल्या बऱ्यावाईट अनुभवाची शिदोरी अनमोल असते आणि आपले चातुर्य हा समाजाचा मौल्यवान ठेवा आहे.

आचार्य कथा

दरबारातून निवृत्त झाल्यावर चाणक्य मोकळे बसले नाहीत. वनातील गुरुकुलात त्यांनी चिंतन, मनन, ध्यानधारणा व पुढील पिढीतील विद्यार्थ्यांना अध्यापन करणे सुरू ठेवले होते.

एके दिवशी दुसऱ्या गुरुकुलातील सह-अध्यापक त्यांच्या भेटीस आले. आजवरच्या आपापल्या आयुष्याचे सिंहावलोकन करताना चाणक्य म्हणाले, ''मी आयुष्यात सर्वात उत्तम आणि सर्वात वाईट गोष्टी पहिल्या आहेत. अश्या अनेक गोष्टी - ज्यांतील काही पाहण्याची माझी इच्छा होती आणि काही मला बिलकूल पहायच्या नव्हत्या.''

त्यांच्या मित्राने विचारले, ''तर मग आपल्या सर्व अनुभवांचे तुम्ही काय करायचे ठरविले आहेत?''

''माझ्या मनात एक योजना आहे'', चाणक्य विचारपूर्वक म्हणाले.

‘‘कसली योजना?’’, कुतूहलाने मित्राने विचारले.

चाणक्य म्हणाले, ‘‘माझ्या अनुभवांचे मी दस्तावेजीकरण करणार आहे. त्यामुळे माझ्या मृत्यूनंतरही माझे सर्व ज्ञान आवश्यकता असलेल्या कोणालाही उपलब्ध होऊ शकेल.’’

मित्राच्या डोळ्यांत रोखून पाहत ते म्हणाले, ‘‘मी माझे स्वतःचे अर्थशास्त्र लिहिणार आहे – कौटिल्याचे अर्थशास्त्र!’’

चाणक्यांच्या कार्याचे महत्त्व मित्राला समजले.

जग शिक्षणाचे व्यासपीठ आहे. स्वतःच्या अनुभवांसोबत आपण इतरांच्या अनुभवातूनही शिकून पुढे जात असतो. ज्ञानाचा प्रसार करणे आपली नैतिक जबाबदारी आहे.

‘‘मी माझे सर्व जीवन राजनीती करण्यात व्यतीत केले. ती माझी आवड आणि व्यवसाय होता. राज्यशास्त्राच्या शिक्षकाच्या पोटी मी जन्म घेतला. तक्षशीला विश्वविद्यालयात तेच मी शिकलो, चंद्रगुप्ताच्या दरबारात मी त्याचे आचरण केले आणि आता मी त्याच विषयावर लिहिणार आहे.’’

चाणक्यांचा पुढील विचार अगदी तर्काला धरून होता. ‘राजनीतीवर लिहिण्यासाठी त्यांच्याइतका ज्ञानी माणूस दुसरा कोणता होता बरे?’

राजनीतीचे उच्चकोटीचे ज्ञान म्हणजे अर्थशास्त्र. ‘‘अनेक आचार्यांनी आणि गुरुंनी आपापले अर्थशास्त्र लिहिले आहे. मी त्या सर्वांचा अभ्यास केला आहे आणि त्यांचे मर्म समजून घेतले आहे. अर्थशास्त्राच्या आधीच्या अभ्यासकांनी या विषयावरील आपले अनुभव आणि मते मांडलेली आहेत. शुक्र, बृहस्पती, उशाणस, माणू आणि अगदी महाभारतातील भीष्म व कृष्णानेही राजनीतीवर दीर्घ टिप्पण्या केलेल्या आहेत. त्यांच्या काळातील विद्यार्थ्यांसाठी त्यांचे राजकारणावरील विचार खूप महत्वाचे राहिलेले आहेत.’’

क्षणभर थांबून चाणक्य पुढे म्हणाले, ‘‘परंतु यातील प्रत्येक अर्थशास्त्र

त्या त्या काळातील पिढीसाठी आणि त्यांच्या आव्हानांसाठी लिहिले व शिकविले गेले. त्यांतील बरीचशी पुस्तके आजही उपयोगी असली, तरी काही संदर्भहीन झालेली आहेत. आजच्या पिढीला चपखल वाटतील असे बदल मी त्यांत करणार आहे. म्हणून मी माझे स्वतःचे अर्थशास्त्र लिहिणार आहे.''

''अत्यंत उत्तम योजना आहे ही, विष्णूगुप्ता!'' प्रभावित होऊन मित्र म्हणाला. ''तुम्ही ते लिहिल्यावर मी सुद्धा त्याचा संदर्भग्रंथ म्हणून उपयोग करीन आणि माझ्या विद्यार्थ्यांनाही शिकवीन. प्रशासनाच्या क्षेत्रात तुमचे कार्य मौलाचा दगड ठरेल आणि ज्ञानाच्या क्षेत्रातही. तुम्ही सर्व काही केलेच आहेत. तुमचे अर्थशास्त्र माहितीने समृद्ध असेल, कालबद्ध असल्याने मौल्यवान असेल आणि एकंदर सर्वांनाच अमूल्य वाटेल.''

लवकरच चाणक्यांनी आपल्या कामाचा श्रीगणेशा केला. बराच काळ त्यांनी आधीची अर्थशास्त्रे वाचण्यात आणि त्यांवरील नोंदी काढण्यात घालवला. आपले अर्थशास्त्र त्यांनी १५ खंड आणि १५० पाठांत विभागले. काम पूर्ण झाल्यावर त्यांचा ग्रंथ ६००० सूत्रांचा झाला होता. कौटिल्याच्या अर्थशास्त्राचे प्रारंभीचे सूत्र असे आहे:

''राजनीतीच्या शास्त्रावरील हा विवेचक ग्रंथ, भूमीला प्राप्त करण्यासाठी आणि तिचे संरक्षण करण्यासाठी प्राचीन गुरुंनी लिहिलेल्या अनेक राजनीतीच्या शास्त्रावरील ग्रंथाना एकत्रित करून निर्मिण्यात आला आहे.....''

ते पुढे लिहितात,

''अध्ययनासाठी व समजण्यासाठी सोपा; सिद्धांतात, अर्थामध्ये आणि शब्दांत अचूक, शब्दबंबाळ नसलेला असा हा शास्त्रावरील ग्रंथ कौटिल्याने संपादित केला...''

कौटिल्याच्या अर्थशास्त्रात विविध विषयांवरील १८० धडे आहेत, ज्यामध्ये राजा व त्यांच्या मंत्र्यांची निवड कशी करावी, महसुलाची

वसुली, कायदा व सुव्यवस्था, न्यायाधीशांची कर्तव्ये, जनप्रशासन, गुन्हेगारीचा नायनाट, हेरगिरी व युद्धाची तंत्रे इत्यादी अनेक विषयांचा उहापोह केलेला आहे.

ग्रंथाच्या अखेरीस चाणक्य लिहितात –

''हे शास्त्र अध्यात्मिक उत्कर्ष, भौतिक प्रगती आणि सुखसोयी साधते; तसेच अध्यात्मिक अपकर्ष व भौतिक हानी आणि द्वेषाचा नायनाट करते....''

समारोप करताना ते लिहितात, ''शास्त्र-विवेचनावरी अनेक टीकाकारांच्या चुकीच्या टीका पाहून विष्णूगुप्ताने स्वतःच सूत्रे आणि त्यांवरील भाष्ये लिहिली आहेत.''

हे सत्य आहे की चाणक्यांनी अर्थशास्त्र लिहिले नसते तर आपण ज्ञानाच्या मोठ्या ठेव्याला मुकलो असतो.

ज्ञानबिंदू

- ज्या क्षेत्रात माणसाने काम केले असते, त्या क्षेत्रातील अनुभवाचा मोठा ठेवा त्याच्यापाशी असतो. आपण मिळविलेले ज्ञान दुसऱ्यापर्यंत पोहोचविणे खूप महत्वाचे आहे.
- आपले ज्ञान दुसऱ्यापर्यंत पोहोचविण्याचा सर्वोत्तम मार्ग म्हणजे त्याचे दस्तावेजीकरण करणे. अनेकांना त्यामुळे प्रेरणा मिळू शकते.
- तुमच्या क्षेत्रातील पूर्वसूरींनी केलेल्या कामाचा प्रथम अभ्यास करा. आधीच्या तज्ज्ञांच्या कामात तुमच्या अनुभवांची भर घाला. शेवटी, विषयाच्या तुमच्या समजुतीप्रमाणे लिहा.

पाठ नऊ

सुशासनाचे गुपित

आचार्य नीती

विद्यार्थ्यांविना शिक्षक अधुरे असतात. विद्यार्थी शिक्षकांकडे अनेक अपेक्षांनी पाहतात. बहुतेक वेळी त्यांना त्या त्या क्षेत्रातील अधिकारी व्यक्तींकडून शिकायचे असते. मात्र बऱ्याचदा आदर्श विद्यार्थ्यांमुळे गुरु नावारूपाला येतात.

आचार्य कथा

काळाच्या ओघात चाणक्यांची कीर्ती चहूकडे पसरली होती. केवळ देशभरातूनच नव्हे; तर परदेशातूनही विद्यार्थी त्यांच्याकडे शिकायला येत असत. शिवाय शैक्षणिक क्षेत्रात अर्थशास्त्राची ख्याती वाढत चालली होती. त्याला सुशासनाचे मेरुमणी मानले जात होते.

एके दिवशी ग्रीस मधील राज्यशास्त्राच्या विद्यार्थ्यांना समजले की भारत नावाचा ऐश्वर्यसंपन्न आणि भरभराट होत असलेला देश अस्तित्वात आहे. त्याच्या भरभराटीचे कारण जाणून घेऊन त्याची आपल्या देशात पुनरावृत्ती करण्याची त्यांची इच्छा होती. भारतात येऊन स्वतःच्या डोळ्यांनी ते पहायचे त्यांनी ठरविले.

परंतु या देशाच्या उत्कर्षातील चाणक्यांच्या भूमिकेविषयी त्यांना काहीच ज्ञात नव्हते. येथे आल्यानंतर त्यांना जाणवले की त्यांनी जे ऐकले होते त्यापेक्षा हा देश कितीतरी अधिक ऐश्वर्यसंपन्न होता. देशभरात प्रवास

केल्यावर त्यांना सर्वच ठिकाणी ही सुबत्ता आढळली. त्यांना एका नव्याच जगाची ओळख झाली.

बाजारात एकदा त्यांनी एका माणसाला विचारले, "हा देश इतका संपन्न आणि आनंदी कसा?"

आदराने मान झुकवित तो माणूस म्हणाला, "हे सर्व आमच्या राजाचे-चंद्रगुप्ताचे कर्तृत्व आहे. आमच्या देशातील आर्थिक धोरणे आणि अध्यात्मिक तत्वे यांचा पाया खूप मजबूत आहे. आम्ही खूप कष्ट करतो आणि त्याचे फळ मिळते. येथे सर्व न्यायाने चालते.

म्हणून विद्यार्थ्यांनी राजाला भेटायचे ठरविले. दुसऱ्या दिवशी राजाला भेटण्यासाठी त्यांनी राजधानीकडे प्रस्थान केले.

राजवाड्याचे ऐश्वर्य झळाळत होते. तेथील सुग्रास भोजन तर कल्पनेपलीकडे रुचकर होते. विद्यार्थ्यांनी राजाचे खूप कौतुक केले. "हे राजा, तुझ्या आदरसत्काराबद्दल मन:पूर्वक धन्यवाद! ज्या पद्धतीने तू आम्हाला वागविलेस त्यामुळे आम्ही नतमस्तक झालो आहोत."

चंद्रगुप्त म्हणाले, "आमच्या देशात 'अतिथी देवो भव' असे मानण्याची परंपरा आहे."

आता ज्या कारणासाठी ते येथे आले होते, ते त्या ग्रीक विद्यार्थ्यांना शिकायचे होते. त्यांचे उदरभरण झाले होते आणि त्यांना आता प्रत्यक्ष राजाकडून आपल्या डोक्यात ज्ञान भरून घायचे होते. म्हणून त्यांनी महत्वाचा प्रश्न विचारला,

"तुमची प्रजा इतकी आनंदी आहे आणि सारखी तुमची स्तुती करीत असते. तुम्ही तुमचे राज्य इतक्या उत्तम पद्धतीने कसे बरे चालविता?"

चंद्रगुप्त हसले, "तुमचा काहीतरी गैरसमज झाला आहे. मी राज्य चालवितो, हे तुम्हाला कोणी सांगितले?"

मुले एकमेकांकडे पाहू लागली. नेमकी काय प्रतिक्रिया द्यावी हेच त्यांना समजेना.

"सत्य हेच आहे की मी राज्य चालवीत नाही; माझे गुरु राज्य चालवितात. सामान्य माणसाला हे खरे गुपित ठाऊक नाही."

त्यांना खूप आश्चर्य वाटले. एक शिक्षक राज्याच गाडा कसा हाकू शकेल? ते राजाचे काम नव्हे का?

आपल्या बोलण्याने भारतीय संस्कृती आणि परंपरांचा अपमान होईल या भीतीने ते विद्यार्थी काहीच बोलले नाहीत. "तुमचे गुरु कोण आहेत? आम्ही त्यांना भेटू शकतो का?"

चंद्रगुप्ताला आनंद झाला. "अर्थातच तुम्ही त्यांना भेटू शकता. आचार्य चाणक्यांना विद्यार्थ्यांची भेट घ्यायला नेहमीच आवडते. ज्ञानाच्या शोधात असणाऱ्यांच्या भेटीइतकी दुसरी कोणतीही गोष्ट त्यांना अधिक प्रिय नाही."

"उद्या सकाळी माझे रक्षक तुम्हांला त्यांच्या वनातील आश्रमात घेऊन जातील," राजा म्हणाला.

ग्रीक मंडळींना त्याचेही आश्चर्य वाटले. 'या राज्यातील सर्वात सामर्थ्यवान माणूस राजा नाही आणि तो जंगलात राहतो?'

"लक्षात ठेवा; तुम्ही चालत्याबोलत्या दंतकथेला भेटणार आहात....जितके अधिक ग्रहण करू शकाल तितके चांगले", असे म्हणून चंद्रगुप्ताने त्यांना निरोप दिला.

आश्रमात आल्यानंतर विद्यार्थ्यांना असे आढळले की तेथे कमीतकमी गरजांची पुरती करण्याइतपतच वस्तू होत्या. आजूबाजूला अनेक तरुण विद्यार्थी होते. परंतु चाणक्यांना पाहिल्यावर त्यांना त्यांच्या अत्यंत साधेपणाचे खूपच आश्चर्य वाटले.

"आचार्य, प्रणाम, तुम्ही येथे जंगलात राहून राज्य कसे चालविता?", त्यांनी कुतूहलाने विचारले.

आश्चर्य वाटून चाणक्यांनी भुवई वर करीत विचारले, "राज्य चालवितो?"

आता मात्र विद्यार्थ्यांचा पुरता गोंधळ उडाला. आम्ही भारतवर्षाच्या संपन्नतेविषयी खूप काही ऐकले आणि हे सर्व कसे घडले ते जाणून घेण्यासाठी येथवर प्रवास केला. येथे पोहोचल्यावर नागरिकांनी सांगितले की, ''ही सर्व चंद्रगुप्त राजाची कृपा आहे....मात्र राजे म्हणाले की या प्रगतीसाठी खरेतर तुम्ही कारणीभूत आहात....नक्की सत्य काय आहे ते कृपया आम्हाला कळू द्या.''

चाणक्य हसले. ''भारत देशावर 'धर्मा'चे राज्य आहे. राजाला धर्माचा मार्ग दाखविणे हे माझे कर्तव्य आहे. त्या ज्ञानाचा उपयोग करून राजा स्वतः राज्य चालवितो.''

अखेर त्यांना सर्व उमगले. गुरु नेतृत्व करतात आणि राजा अनुनय करतो–दोघे मिळून राज्याला संपन्नतेच्या वाटेवर पुढे चालवितात. सुशासनाचे हेच तर खरे गुपित आहे!

ज्ञानबिंदू

◆ देशाचे यश आणि प्रगती जगात दुर्लक्षिली जात नाही.

◆ कधीकधी गुरु–अथवा राजाला घडविणारा–प्रत्यक्ष राजापेक्षाही अधिक सामर्थ्यवान असतो.

◆ धर्माच्या वाटेवर चालल्याने समाज आनंदी होतो. धार्मिक अथवा न्यायपरायण समाज खरा आनंदी समाज असतो.

पाठ दहा

इहलोकीचा निरोप

आचार्य नीती

जीवनात जर कसली शाश्वती असेल, तर ती फक्त मृत्यूची. परंतु इतरांच्या आयुष्याला प्रेरित करणारे मृत्युनंतर अमर होतात. त्यांचा प्रत्येक अनुभव, आयुष्यातील घटना इतरांसाठी धडा बनून रहातात.

परंतु व्यक्तिश: त्यांच्यालेखी कोणी आपली किंमत ओळखली अथवा नाही, याला काहीच महत्व नसते. त्यांच्या दृष्टीने ज्या उद्दिष्टांसाठी त्यांचा जन्म झाला त्याची पूर्ती होणे महत्वाचे. आणि एकदा का ते झाले, की इहलोक सोडून जाण्यास त्यांना बिलकूल खंत वाटत नाही.

चाणक्यांचे जीवनही असेच खूप प्रेरणादायी आहे. एक सामान्य खेडवळ मुलगा ते त्या काळातील सर्वाथ महान तत्ववेत्ता आणि गुरु, असा त्यांचा प्रवास थक्क करणारा आहे. ज्ञानाच्या धनामध्ये त्यांच्या योगदानाचा उल्लेख केल्याविना भारतीय इतिहास अधुरा आहे.

आचार्य कथा

एकदा एका विद्यार्थ्याने त्यांना विचारले, ''आचार्य, तुम्ही आम्हाला न शिकविलेली अशी कोणती गोष्ट आहे काय ?

चाणक्यांनी क्षणभर विचार करून उत्तर दिले, ''महान गोष्टींच्या प्राप्तीसाठी सामान्य गोष्टींचा त्याग करा.''

भोवतालचे गोंधळलेले चेहरे पाहून ते म्हणाले, ''खेड्यात जन्मलेली मुले चांगल्या शिक्षणासाठी अथवा व्यवसायासाठी शहरात जातात. सर्व कुटुंबाला वाचवायचे तर एका व्यक्तीला त्याग करावा लागतो. तसेच जगाच्या कल्याणासाठी देशाचा त्याग करावा लागतो.

नंतर चाणक्यांनी आपल्या संदेशाचे अध्यात्मिक महत्व सांगितले, ''एखाद्याला देवासाठी सर्व काही त्यजावे लागेल. या जगात शाश्वत असे काहीच नाही. पैसा येतो आणि जातो. तारुण्य सुकून जाते आणि जीवन संपते. चिरंतन काही असेल, तर ती श्रद्धा!''

चाणक्य देखील अलिप्तवाद आचरीत असत. उच्च उद्दिष्टांसाठी त्यांनी सर्व गोष्टींचा त्याग केला. देवावरील त्यांची श्रद्धा अविचल होती. कितीही संकटे आली तरी आपण यशस्वी होऊ असा त्यांचा दृढ विश्वास होता आणि त्यामुळेच ते अनेक आव्हानांचा सामना करूनही टिकून राहिले.

विद्यार्थ्यांनी चाणक्यांना विचारले, ''एके काळी तुम्हाला तुमच्याहून अधिक बलवान शत्रूंनी गराडा घातलेला होता. त्यांतील कोणी आपल्याला मारून टाकील, अशी तुम्हाला कधी भीती नाही वाटली का?''

चाणक्य हसले, 'ज्याला मृत्यूची भीती वाटत नाही त्याला कसलीच भीती वाटत नाही, तर इतरांना त्याची भीती वाटायला पाहिजे.'

मग त्यांनी त्यांना एक कथा सांगितली.

''मला जीवे मारण्याचे अनेक प्रयत्न केले गेले. एक खुनी तर माझ्या राजमहालापर्यंत पोहोचला होता. त्याने माझ्या जेवणात विष घालण्याची योजना आखली.''

''आचार्य, हे तुम्हाला कसे समजले?''

चाणक्य फक्त म्हणाले, ''माझ्या अर्थशास्त्राचा धडा ३ वाचा.''

तो धडा आठवीत विद्यार्थी म्हणाले, ''होय...विष कालविलेल्या भाताच्या सभोवती विशिष्ट प्रकारचा फेस जमा होतो, ज्यामुळे उकडलेली शिते निळसर रंगाची होतात. मला वाटते...''

''बरोबर आहे तुमचे. आणि ज्याने माझ्यावर विषप्रयोग केला त्या माणसाचे काय झाले हे तुम्हाला ठाऊक आहे?''

विद्यार्थ्यांना कुतूहल वाटले.

''विष कालविलेले अन्न कसे ओळखावे याचा मी अभ्यास केला होता. त्यामुळे जेवणात विष कसे घालावे हेसुद्धा मला माहित होते. गंभीर चेहऱ्याने चाणक्य पुढे म्हणाले, दुसऱ्या दिवशी मी आचाऱ्याला माझ्या शत्रूचे जेवण बनविण्यास सांगितले आणि त्याला मला ज्या पद्धतीने मारायचे होते, त्या पद्धतीने तो मेला.''

अश्या नेहमीच्या गोष्टी सांगण्याचा कंटाळा आल्यासारखे दाखवत चाणक्य थांबले. ''चला आपण मृत्यूऐवजी जेवणावर बोलूया.''

मग त्यांचा चेहरा उजळला व ते म्हणाले, मला सर्वाधिक आनंद कशाने होतो, तुम्हाला माहिती आहे?

अशोक, चंद्रगुप्ताचा नातू. चंद्रगुप्ताच्या पश्चात भारतवर्षाचे काय होणार, अशी चिंता मला नेहमी सतावित असे. परंतु त्याचा मुलगा बिंदुसार आणि नातू अशोक, या दोघांतही नेतृत्वाची प्रचंड क्षमता आहे.

चंद्रगुप्ताप्रमाणे चाणक्यांनी अशोकालाही खूप काळ मार्गदर्शन करून घडविले होते.

''अशोकला प्रशिक्षित करणे खूप सोपे गेले – त्याच्या आजोबांना शिकविण्याइतके कठीण नव्हते ते. तुम्हाला कारण ठाऊक आहे?''
''अशोक गादीचा वारस म्हणून प्रशिक्षित होईपर्यंत आपल्या देशाच्या समस्या खूप कमी झाल्या होत्या आणि परकीय धोके तर नव्हतेच. म्हणून मी त्याला माझ्या अनुभवाने शिकवू शकलो; कारण मला वर्तमान समस्यांना तोंड द्यावे लागलेच नाही.''

त्यांच्या उर्वरित काळात चाणक्य लोकांच्या नजरेपासून दूर राहिले. असे म्हणतात की त्यांनी सन्यास घेतला आणि ऋषी बनून सर्वकाळ ध्यानधारणा करण्यात व्यतीत केला. असेही म्हणतात की त्यांनी मोक्ष प्राप्त करून घेतला आणि जीवनमृत्यूच्या फेऱ्यामधून त्यांची कायमची सुटका झाली.

त्यांना विचारल्या गेलेल्या शेवटच्या प्रश्नांपैकी एक –''आम्हाला तुमच्या मार्गदर्शनाची आवश्यकता वाटली, तर आम्ही काय करावे, आचार्य? तुम्हाला कोठे शोधावे?''

चाणक्यांनी आपल्या शिष्यांना विश्वासपूर्वक सांगितले, ''तुम्हाला जे काही लागेल, ते माझ्या अर्थशास्त्रात सापडेल. आणि तसे सापडले नाही, तर आत्मचिंतन करा आणि मी शिकविलेल्या सर्व गोष्टींचे स्मरण करा. तुम्हाला नक्कीच उत्तर सापडेल.''

चाणक्यांचे चातुर्य अविनाशी आहे. या विश्वाचा ते चिरंतन हिस्सा आहे आणि आपल्या जीवनाचा दर्जा सुधारण्यासाठी ते पुन्हा पुन्हा जन्म घेत रहातात.

ज्ञानबिंदू

- व्यक्ती मर्त्य असते; परंतु तिचे कार्य अमर असते. आपल्या मागे मौल्यवान वारसा ठेवण्याचा प्रयत्न करा.
- चातुर्य आणि ज्ञान ही दोनच आयुधे तुम्हाला अजिंक्य बनवितात. त्यांना आपल्यात रुजवा.
- दैवी शक्तीवरील विश्वास तुम्हाला नम्र बनवितो. हा गुण असणे फार गरजेचे आहे.

JAICO PUBLISHING HOUSE

Elevate Your Life. Transform Your World.

१९४६मध्ये प्रस्थापित झालेले जयको पब्लिशिंग हाऊस हे जगाचा कायापालट करणाऱ्या श्री श्री परमहंस योगनंद, ओशो, द दलाई लामा, श्री श्री रविशंकर, सद्गुरू, रॉबिन शर्मा, दीपक चोप्रा, जॅक कॅनफिल्ड, एकनाथ ईश्वरण, देवदत्त पट्टनायक, खुशवंत सिंग, जॉन मॅक्सवेल, ब्रियान ट्रेसी आणि स्टीफन हॉकिंग यांसारख्या लेखकांचे घर आहे.

आमचे संस्थापक कै. जमन शहा यांनी पुस्तक वितरण कंपनी म्हणून जयकोची स्थापना केली. स्वातंत्र्यदिन जवळ येत असल्याचे जाणवून त्यांनी चोखपणे त्यांच्या कंपनीचे नाव जयको (हिंदीत 'जय' म्हणजे विजय) ठेवले. किफायतशीर दरातील पुस्तकांच्या मागणीची सेवा पुरवण्यासाठी श्री. शहा यांनी जयकोची स्वत:ची प्रकाशने सुरू केली. जयको ही इंग्रजी भाषेतील कागदी बांधणीच्या पुस्तकांची भारतातील पहिली प्रकाशन कंपनी होती.

स्वावलंबन, धर्म आणि तत्वज्ञान, बुद्धी / शरीर / आत्मा तसेच व्यावसायिक पुस्तके ही आमच्या ललितेतर वाङ्मयाचा भाग आहेत. त्याचसोबत आम्ही प्रवास, चालू घडामोडी, आत्मचरित्रे तसेच प्रसिद्ध विज्ञान पुस्तकांचेही प्रकाशन करतो. आमच्या भारत तसेच जगभरातील तरुणाईच्या ताज्या प्रतिभेच्या पुस्तकांतून लोकप्रसिद्ध ललित वाङ्मयावर असलेला आमचा भर दिसून येतो. सध्याच प्रस्थापित झालेला जयकोचा भाषांतर विभाग निवडक इंग्रजी मजकुराचे नऊ प्रादेशिक भाषांमध्ये भाषांतर करतो.

प्रकाशक तसेच स्वत:च्या पुस्तकांचे वितरक असण्याबरोबरच जयको आघाडीच्या आंतरराष्ट्रीय आणि भारतीय प्रकाशकांच्या पुस्तकांची राष्ट्रीय वितरकही आहे. मुंबईत मुख्यालय असलेल्या जयकोच्या अहमदाबाद, बँगलोर, चेन्नई, दिल्ली, हैद्राबाद आणि कोलकत्ता येथे शाखा तसेच विक्री कार्यालये आहेत.

SINCE 1946